# அம்பேத்கர் பெரியார் அயோத்திதாசர்

# அம்பேத்கர் பெரியார் அயோத்திதாசர்

சி. சரவணகார்த்திகேயன்

எழுத்து பிரசுரம்

Title : Ambedkar Periyar Ayothidasar
Author's Name: C. Saravanakarthikeyan

Published by Ezutthu Prachuram



**Ezutthu Prachuram**
(An imprint of Zero Degree Publishing)
No. 55(7), R Block, 6th Avenue,
Anna Nagar,
Chennai - 600 040

Website: www.zerodegreepublishing.com
E Mail id: zerodegreepublishing@gmail.com
Phone: 89250 61999

Ezutthu Prachuram First Edition: January 2022
ISBN: 978-93-91748-41-8
TITLE NO EP: 310

**Rs. 120 /-**

Cover Art: Trotsky Marudu
Cover Design & Layout: Vijayan
Printed at Manipal Technologies, India.

சமர்ப்பணம்

ஞாநிக்கு...

# அரசியல் பழகு!

அரசியல் நம் தினசரிகளைத் தீர்மானிப்பது. அரசியல் என நான் இங்கே குறிப்பது கட்சி மற்றும் தேர்தல் அரசியலைத்தான். நாம் ஈடுபட்டாலும், படாவிட்டாலும் அது நம் வாழ்வு மீது ஆதிக்கம் செலுத்தும் எனும்போது அதை உருப்படியாகத் தெரிந்து கொள்வோமே, அதற்கேற்ப முடிவெடுப்போமே என்பது சிறுவனாக இருக்கும்போதே தோன்றிவிட்டது. ஆரம்பத்தில் தேர்தலில் யாருக்கு வாக்களிப்பது என்பது தொடர்புடையதாக மட்டும் அது இருந்தது எனினும் சீக்கிரத்தில் தேசத்தின் ஒவ்வொரு அரசியல் அசைவையும் கிரகித்து, சிந்தித்து எதிர்வினை ஆற்றுவது என்பதில் வந்து நின்றது. அரசியல் பழக ஆரம்பித்தேன்.

இங்கே என் வீட்டின் பின்புலத்தையும் சொல்ல வேண்டும். என் தாத்தா வே. இராசப்பன் சுதந்திரப் போராட்டத் தியாகி. அதனால் இயல்பாகவே காங்கிரஸ்காரர். அப்பா இரா. சின்னதுரை திமுக அனுதாபி, கலைஞர் ரசிகர். அதனால் ஜெயலலிதா என்றால் ஆகாது. தொண்ணூறுகளின் முற்பகுதி முதல் வீட்டில் வாங்கப்பட்ட தின மலர், நக்கீரன் ஆகிய பத்திரிகைகள் வழி அரசியல் எனக்கு அறிமுகமானது. இரண்டும் நேர் எதிர் அரசியல் கொண்டவை என இன்று புரிகிறது. அப்படி அமைந்தது ஒரு வகையில் நல்லது என்றும் தோன்றுகிறது. அப்போது பரபரப்பாக இருந்த வைகோ மீதான

ஈர்ப்பு காரணமாகச் சில காலம் மதிமுக ஆதரவாளனாக என்னை எண்ணிக் கொண்டிருந்தேன். சீக்கிரத்தில் ஒருபக்கம் வைகோ பிசுபிசுத்துப் போக, மறுபக்கம் ஜெயலலிதாவின் அராஜக ஆட்சி தொடர, திமுகவையும் கலைஞரையும் பிடித்துப் போயிற்று. அதிலிருந்து கடந்த கால் நூற்றாண்டுக்கு மேலாக அந்நிலைப்பாட்டில் பெரிய மாற்றங்கள் ஏதும் நிகழவில்லை.

இந்தக் கட்டுரைகள் கடந்த ஏழாண்டுகளில் எழுதப் பெற்றவை. பெரும்பாலும் எனது வலைதளத்தில் வெளியானவை. (இவற்றிலுள்ள சில கட்டுரைகள் பிற்பாடு கிண்டிலில் மின்னூல் ஒன்றிலும் இடம் பெற்றன.) இவற்றில் அம்பேத்கர், பெரியார், அயோத்திதாசர் தொடங்கி நரேந்திர மோடி, கமல் ஹாசன் வரையிலான தலைவர்களின் அரசியல் பேசப்பட்டிருக்கிறது. குறிப்பாக அசோகமித்திரன், ஜெயமோகன், ஜோ டி க்ரூஸ், ஞாநி, பிஏ கிருஷ்ணன் ஆகிய எழுத்தாளர்களின், இளையராஜா என்ற கலைஞனின் அரசியல் கருத்துகள் விவாதிக்கப்பட்டிருக்கின்றன. அதனால் வழமையினின்று விலகியவை.

ஒரு திராவிடனாக, ஒரு கம்யூனிஸ்டாக, ஒரு தலித்தியனாக இன்று நாட்டை ஆள்கின்ற ஃபாசிஸத்தைக் கேள்விக்குட்படுத்திய கட்டுரைகள் இவை. எதிர்ப்பே பிரதானம் எனினும் எதிர்மறையின் இருட்டைப் பூசாமல் நம்பிக்கையின் வெளிச்சத்தைத் தரித்து நிற்பவை.

மறைந்த எழுத்தாளர் மற்றும் பத்திரிகையாளரான 'பரீக்ஷா' ஞாநியின் எழுத்துக்கள் எனக்கு அரசியல் கட்டுரைகள் எழுதத் தூண்டுதலாகவும், வழித்தடமாகவும் அமைந்தவை. அதனால் இத்தொகுப்பை அவருக்குச் சமர்ப்பிப்பதே பொருத்தம் எனக் கருதுகிறேன். ராம்ஜீக்கும் காயத்ரிக்கும் இன்ன பிற ஸீரோ டிகிரியினருக்கும் என் நன்றி உரித்தாகுக.

**சி. சரவணகார்த்திகேயன்**
பெங்களூரு, ரஜினி பிறந்த தினம் 2021.

பொருளடக்கம்

# 1. கமல் ஹாசனின் அரசியல்

கமல் ஹாசனின் இருபத்தியிரண்டு ஆண்டு தீவிர ரசிகனாகவும் தமிழக அரசியலில் ஆர்வம், அக்கறை கொண்டவனாகவும் கடந்த ஒரு மாதமாக அவரது அரசியல் நகர்வுகளை உன்னிப்பாகக் கவனித்து வருகிறேன். நான் அறிந்த வரை இந்த ஒரு மாதத்தில் மட்டும் பல்வேறு ஆங்கில மற்றும் தமிழ் செய்தித் தொலைக்காட்சிகளுக்கு சிறிதும் பெரிதுமாய் 7 நேர்காணல்கள் அளித்துள்ளார். சுமார் இரண்டே முக்கால் மணி நேரம் நீடிக்கும் அந்த நேர்காணல்களின் வழியே துலங்கும் கமல் ஹாசனின் (தற்போதைய) அரசியல் நிலைப்பாட்டினைப் புரிந்து கொள்ளும், முயற்சியாகவே இந்தக் கட்டுரையை எழுதிப் பார்க்கிறேன்.

1. கமல் ஒரு விஷயத்தில் தெளிவாக இருக்கிறார். அது (இப்போதைக்கேனும்) தேசிய அரசியலை முன்னெடுக்காமல் தமிழக அரசியலில் மட்டும் கவனம் செலுத்துவது. தேவையில்லாமல் பாஜகவைப் பகைத்துக் கொண்டு இங்கே தன் அரசியல் முன்னேற்றங்களுக்குத் தடங்கல்களைச் சந்திக்க அவர் தயாரில்லை. (கமல் ஹாசன் தான் ஒழுங்காக வரி கட்டும் நேர்மையான கொம்பன் ஆயிற்றே, பிறகு எதற்கு அவர் மத்திய அரசுக்கு அஞ்ச வேண்டும்? தவறே செய்யாத ஒருவரைப் பிரச்சினையில் சிக்க வைப்பது இந்தியாவில்

ஒரு விஷயமா! இங்கே அதிகாரம் என்பது அதிகாரம் மட்டுமல்ல; அதிகார துஷ்பிரயோகமும் கூட.) அதனாலேயே பண மதிப்பிழப்பு, சகிப்பின்மை போன்ற மத்திய அரசு சம்பந்தப்பட்ட எல்லாக் கேள்விகளையும் மழுப்பலாகக் கடக்கிறார். அதனாலேயே மக்களுக்கு அவசியமெனில் மத்திய அரசுடன் பேச்சுவார்த்தையில் ஈடுபடுவதில் தயக்கமில்லை என்றும் சொல்கிறார். (கேள்வி பாஜகவுடன் கூட்டணி சம்பந்தப்பட்டது என்றாலும் 'இல்லை' என்ற ஒற்றை நேரடி பதிலாக அல்லாமல் நீட்டி முழக்குகிறார்.) அவர் தமிழகத்தை மட்டும் குவிமையமாகக் *(focus)* கருதுவதில் தவறே இல்லை. அது நிதானமாக எடுத்து வைக்கும் அடியாகவும் தெரிகிறது. ஆனால் அதற்காக இந்த மழுப்பல்கள் எல்லாம் ரொம்பவே ஜாஸ்தி. ஒன்று அக்கேள்விகளைத் தவிர்க்கச் சொல்லி முதலிலேயே சொல்லி விடலாம். அல்லது நேர்காணலின் போதாவது 'நோ கமெண்ட்ஸ்' எனச் சொல்லலாம். அல்லது தைரியமாக "நான் காவிக்கு எதிரானவன், அதனால் கூட்டணி என்ற பேச்சுக்கு இடமில்லை. ஆனால் மாநில நன்மைக்காக மத்திய அரசிடம் பேசுவதில் தயக்கமில்லை." என்று தெளிவாகவே சொல்லலாம். அவர் இப்படிக் கொழகொழவெனப் பேசுவது அரசியலில் - அதுவும் பேச்சாலேயே வளர்ந்த தமிழக அரசியலில் - செல்லுபடியாகாது என்பதை விட அவருக்கு எதிராகவும் திரும்பும். (இன்னொரு விஷயம் தமிழக அரசியலில் மட்டுமே கவனம் குவிக்க விரும்புபவர் டைம்ஸ் நவ், இந்தியா டுடே, சிஎன்என், என்டிடிவி, ரிபப்ளிக் எனப் பிரதானமாக வடக்கிந்தியர்களை உத்தேசித்து இயங்கும் தொலைக்காட்சிகளுக்குத் தன் அரசியல் தொடர்பான நேர்காணல்களை ஏன் அளிக்க வேண்டும்? 1% தமிழர்கள் கூட அவற்றைப் பார்ப்பதில்லைதானே!)

2. கமல் தான் இடதும் அல்ல, வலதும் அல்ல, மய்யத்தில் நிற்கிறேன், மக்களோடு நிற்கிறேன் என்று தெளிவாகச் சொல்லி விட்டார். எப்படி தான் காவிக்கு எதிரானவன் என்பதைப் பல இடங்களில் சொல்லி விட்டாரோ, அதேபோல் தான் கம்யூனிஸ்ட் அல்ல என்பதையும் சொல்லி விட்டார். நான்

இடது பக்கம் சாயல் உள்ளவன் என்பதால் அவரும் எனக்கு உவப்பாய் அதையே சொல்ல வேண்டும் என எதிர்பார்ப்பது சிறுபிள்ளைத்தனம். வலதின் பிரச்சினைகள் பற்றி அவரும் அவர் படங்களும் ஆங்காங்கே சொல்லி விட்டன. அப்படி இடதின் பிரச்சினைகள் என்ன என்பதையும் அவர் சொல்ல முயலலாம். வெறுமனே மக்கள் இடதும் அல்ல, வலதும் அல்ல என்பதால் தானும் அப்படி என்று சொல்வது ஒரு தலைவனுக்குரிய கூறு அல்ல. மன்னன் எவ்வழியோ மக்கள் அவ்வழி; மக்கள் வழியில் மன்னன் போவதில்லை.

3. சித்தாந்த ரீதியாக இதுவரை அவர் முழுமையாக ஒப்புக் கொண்டிருப்பது, தான் பகுத்தறிவுவாதி என்பதை மட்டும்தான். மற்றபடி கம்யூனிஸம், இந்துத்துவம், திராவிடம், தமிழ் தேசியம், தலித்தியம் என எதையும் தன் இஸமாக அவர் சொல்லவில்லை. அது போக, பெரும்பாலும் காந்தியத்தைச் சொல்கிறார். மார்டின் லூதர்கிங், நெல்சன் மண்டேலா ஆகியோரைக் குறிப்பிடுகிறார். அதே சமயம் காந்தியோடும் வேறுபாடு உண்டு என்கிறார். உண்ணாவிரதம் இந்தக் காலத்துக்கு ஒத்து வராது என்கிறார். தனக்குப் பிடித்தமான தலைவர்கள் கம்யூனிஸத்தில் உண்டு என்கிறார். எம்ஜிஆரின் அரசியல் கனவுகளைப் பகிர்ந்து கொள்கிறேன் என்கிறார். ஓரிடத்தில் - ஒரே இடத்தில் - அம்பேத்கர் பெயரை உச்சரிக்கிறார். இப்போதைக்கு அவரைக் கம்யூனிசத்திலும் எம்ஜிஆரிஸத்திலும் (அப்படி ஒன்று இருக்கிறதா என்ன!) ஈடுபாடு கொண்ட, பகுத்தறிவு நிறைந்த காந்தியவாதி என்பதாக அடையாளப்படுத்திக் கொள்கிறேன்.

4. "கருப்புக்குள் காவியும் அடக்கம்" என்று கமல் சொன்னதில் எந்த விஷமமும் இல்லை. அதை இயற்பியலில் வரும் ஒளியின் தன்மையாகவே நகைச்சுவையாகச் சொல்கிறார். ஆனால், அதில் சிலேடையும் இருக்கிறது. எந்த நிறத்தை உள்வாங்கினாலும் கருப்பிலிருந்து வெளிப்படுவது கருப்பு மட்டுமே. அதேபோல் அவரும் இந்துத்துவச் சித்தாந்தத்தை உள்வாங்கினாலும் தன்னிடம் வெளிப்படுவது பகுத்தறிவுதான் என்று சொல்கிறார். (இது அவரே ஓரிடத்தில் சொல்லும்

விளக்கம் தான்.) இங்கே அவர் பன்னிரண்டு வயது வரை தீவிர ஆத்திகனாக இருந்ததையும் சேர்த்து வைத்துப் பார்க்கலாம். ஆக, அவர் சொன்னதை "கருப்புக்குக் காவியும் அடங்கும்" என்றுதான் மொழிபெயர்த்துக் கொள்கிறேன்.

5. தமிழகத்தில் எந்தக் கட்சியும் ஊழலற்றது அல்ல, அதனால் தனிக்கட்சி துவங்குவேன் என்கிறார். இது எனக்குப் புரியவில்லை. அதிமுக, திமுக இரண்டும்தான் கடந்த ஐம்பது ஆண்டுகளாக தமிழகத்தில் ஆட்சியில் இருக்கின்றன. அவற்றின் மீது ஊழல் குற்றச்சாட்டுகள் இருக்கின்றன. காங்கிரஸ் மத்தியில் செய்த ஆட்சிகளில் ஊழல் குற்றச்சாட்டுகள் அனேகம். ஆனால், விடுதலைச் சிறுத்தைகள், கம்யூனிஸ்ட் கட்சிகள் போன்றவை எப்படி ஊழல் கட்சிகள் ஆயின? அவர்கள் ஊழல் செய்ய இன்னும் வாய்ப்பே கிடைக்கவில்லையே! தன்னை எவரும் முதல்வர் வேட்பாளராக ஏற்க மாட்டார்கள், அதனால் அக்கட்சிகளில் சேரவில்லை என்று சொல்லலாம். அது நியாயமான காரணம்தான். அவ்வளவு நேர்மை அரசியலுக்கு ஆகாது என நினைத்தால் கொள்கை வேறுபாடுகள் இருக்கின்றன என்றாவது சொல்லலாம். மற்றபடி, தமிழகத்தில் எல்லோருமே ஊழல்காரர்கள் என்று மட்டையடியாகச் சொல்வதில் நியாயம் இல்லை.

6. கேரள முதல்வர் பிணராயி விஜயனை மட்டும்தான் தாமே விரும்பிப் போய்ச் சந்தித்தேன் என்கிறார். அரவிந்த் கெஜ்ரிவால் அவராகவே சென்னை வந்து தன்னைச் சந்தித்தார் என்கிறார். மம்தா பேனர்ஜியைச் சந்திக்கவிருப்பதாக வரும் செய்திகள் வதந்தி என்கிறார். தலைவர்களைச் சந்திப்பதன் காரணம் அவர்களிடம் அரசியல் பாடம் கற்க என்கிறார். ஓர் உதாரணமாய் கட்சிக்கான பணத்தை மக்களிடமே பெறுவதைப் பற்றிச் சொல்கிறார். ஆக, இந்தச் சந்திப்புகள் முழுக்க எந்த அரசியல் கூட்டணி அல்லது கட்சியில் இணைதல் நோக்கங்களும் இல்லாது கமலுக்கான அரசியல் ஆலோசனைகள் வழங்குவதன்/ கேட்டுக் கொள்வதன் பொருட்டே நடந்திருக்கின்றன எனப் புரிந்துகொள்கிறேன்.

7. கலைஞரிடம் தனக்கு நெருக்கம் உண்டு, அவர் பற்றிய விமர்சனங்களை முன்வைக்க சுதந்திரம் அளித்தார் என்று சொன்னாலும், ஜெயலலிதா விஸ்வரூபம் வெளியீடு விஷயத்தில் ஃபாசிஸ்டாக நடந்து கொண்டார் என்று சொன்னாலும் கலைஞர், ஜெயலலிதா இருவருமே ஊழல்வாதிகள் என்று ஒரே இடத்தில் வைக்கிறார். எடப்பாடி சேகுவேரா போன்றவர் என்று யாரோ அதிமுக அமைச்சர் சொல்வதற்கும் இதற்கும் வித்தியாசமில்லை என்று நான் கமலையும் அமைச்சரையும் ஒரே தட்டில் வைத்துச் சொன்னால் கமலுக்குக் கோபம் வராதா! இருவரையும் ஒரே தட்டில் வைப்பது எல்லாம் இன்று, நேற்று இணையத்தில் முளைத்த பச்சாக்களின் கருத்தியல். கமலும் அதையே சொல்வது ஏமாற்றம்தான். கலைஞர், ஜெயலலிதாவை விட எங்கனம் மேலானவர் என்று சொல்லிவிட்டே, அவர் ஊழல்வாதி என்ற குற்றச்சாட்டையும் வைக்கலாம், திமுகவிடமிருந்து தள்ளியும் இருக்கலாம். எப்படி ஒருபுறம் பாஜகவைப் பற்றித் தவறாக ஏதும் சொல்லாமல் ஜாக்கிரதையாக மழுப்புகிறாரோ, அதேபோல் இன்னொருபுறம் கலைஞர் பற்றி நல்லது ஏதும் சொல்லாமல் நழுவுகிறார்.

8. தனிக் கட்சிதான் தொடங்குவேன், அப்போதும் யாருடனும் கூட்டணி இல்லை என்றுதான் சொல்கிறார். யாரை உடன் சேர்த்தாலும் கறைபட்ட தரப்பாகி விடும் என்பதே அவரது நிலைப்பாடு என்பதாகப் புரிந்து கொள்கிறேன். (அப்படிக் கூட்டணி வைக்கும் தகுதியில் கட்சிகள் இருந்தால் அவற்றில் சேர்ந்து விட மாட்டேனா என்பது அவரது பதிலாக இருக்கக்கூடும்.) எல்லாம் சரிதான். ஆனால் அப்படி நிற்கும் போது வெற்றியின் நிகழ்தகவு என்ன? இது எவ்வளவு தூரம் கள யதார்த்தத்தில் *(ground reality)* சாத்தியமாகும் எனப் புரியவில்லை. இது வழக்கமான திமுகவுக்கு அதிமுகவுக்கு மாற்றாக யாரும் வர முடியாது என்ற *discouraging* வாதம் அல்ல. அப்படி முயன்ற தேமுதிக முதலிய கட்சிகளின் / மநகூ முதலிய கூட்டணிகளின் இன்றைய நிலையைக் கணக்கில் கொண்டு அவரது தொலைநோக்குத் திட்டம் என்ன என்பதைப் புரிந்து கொள்ள விழைகிறேன். ஒரு பேச்சுக்கு 2018ல்

சட்டமன்றத் தேர்தல் வருகிறது என வைத்துக்கொண்டால் அதில் "குறைந்தபட்சம்" 25 தொகுதிகளாவது வெல்வது நோக்கமாக இருந்தால் நல்லது. அதாவது 10% வாக்கு வங்கியைக் குறிவைப்பது. அது மாதிரியான இலக்குகள் *(targets)* ஏதும் இருக்கிறதா என இதுவரை தெளிவில்லை. அவர் செய்து கொண்டிருப்பதாகச் சொல்லும் *roadmap*-ல் இதுவும் இருக்கும் எனக் கருதுகிறேன். பார்ப்போம்.

9. கமல் யாருடன் அரசியல் ஆலோசனைகள் செய்கிறார் என்பது தெரியவில்லை. அவருக்கு நட்பாய் பல நல்ல கலைஞர்கள் இருக்கலாம். உறவுகளின் வழி சில திறமையான வழக்கறிஞர்கள் கூட இருக்கலாம். ஆனால் அரசியல், சமூக, பொருளாதார, நிர்வாக வல்லுநர்களைத் தன் நுழைவு பற்றிய கலந்துரையாடல்களில் இணைத்துக் கொள்வது அவசியம். (எனக்குத் தெரிந்து அப்படியான திறன் கொண்டு அவருக்கு நெருக்கமாக இருப்பவர் பிஏ கிருஷ்ணன் ஒருவர்தான். ஆனால் அவரால் குறிப்பிட்ட எல்லை வரையிலான ஒரு பார்வையை மட்டுமே அளிக்க முடியும். ஒரு திறமையான, கலவையான குழு இருப்பதே நல்லது.) அவர் மகள்களின் அலோசனைப்படி நடக்கிறார் என்றும் சொல்கிறார்கள். ஏழாம் அறிவு படத்தில் ரிசர்வேஷன் நாட்டைக் கெடுத்து விட்டது என்று தன் சொந்த வசனத்தைச் சேர்த்த ஷ்ருதி ஹாசனால் என்ன அரசியல் ஆலோசனை நல்க முடியும் கமலுக்கு எனப் புரியவில்லை. என் கேள்வியை இப்படியும் புரிந்துகொள்ளலாம்: கமல் கட்சியின் கருத்தியல்களின் உருவாக்கத்தில் பங்கு வகிக்கப் போவோர் யார்?

10. தொடர்புடைய இன்னொரு விஷயம். சினிமா ஆக்கத்தில் கமல் இயக்குநராக இல்லாத படங்களில் கூட அவர் தலையீடு எல்லாத் துறைகளிலும் இருக்கும் எனக் கேள்வி. பொதுவாக அவர் யாருடைய ஆலோசனையையும் மதித்துக் கேட்க மாட்டார் என்று ஒரு பிம்பமும் இருக்கிறது. ஓரளவு அதை நான் நம்புகிறேன். ஆனால், அதே மனப்பான்மையைத் தூக்கிக்கொண்டு அரசியலுக்கும் வந்தால் அவரை விட

ஆபத்தானவர் யாரும் இல்லை. அது ஒரு சர்வாதிகாரியையே உருவாக்கும். ஜெயலலிதா போல், மோடி போல், இந்திரா போல். (இந்திரா காந்தியின் திறனை வேறு ஒரு நேர்காணலில் சிலாகித்தார், அவசரநிலைப் பிரகடனம் கொண்டுவருமளவு நேருவிடமிருந்து அரசியல் கற்றிருந்தார் என.) துறைசார் வல்லுனர்களின் கருத்துக்கள், அறிவுஜீவிகளின் நிலைப்பாடுகள், களப்பணியாளர்களின் அனுபவங்கள் எல்லாவற்றையும் ஒரு நல்ல தலைவன் கணக்கில் கொள்ள வேண்டும். மக்களாட்சியின் மிகப்பெரிய பலம் அதுதான். (ஆலோசனை சொல்லும் இடத்தில் முட்டாள்கள் இருந்து விட்டால் இன்னும் ஆபத்து. அதுதான் விஜயகாந்துக்கு நடந்தது.) கமலின் மனப்பழக்கம் அதற்கு அனுமதிக்குமா எனத் தெரியவில்லை. (இந்திராவுக்கு நேரு போல் தனக்கு யாரும் இல்லை என்றார். ஆனால் அதை ஆதங்கமாகச் சொன்னாரா சுயம்புவாகத் தன்னைக் கருதிக் கொள்ளும் கர்வத்துடனா என ஊகிக்க முடியவில்லை.)

11. கமல் கட்சியின் இரண்டாம் மட்டத் தலைவர்கள் யார்? கட்சியின் முதுகெலும்பாக விளங்கப்போவது அவர்களே. இத்தனை தோல்விக்குப் பிறகும் திமுக வலுவாய் நிற்பதற்கு முக்கியக் காரணம் அதன் இரண்டாம் மட்டத் தலைவர்கள். 27 எம்எல்ஏக்கள் பெற்று சட்டசபையில் எதிர்க்கட்சித் தலைவராய் உட்கார்ந்தும் தேமுதிக நாசமானதற்குக் காரணம், அத்தகைய தலைவர்கள் அக்கட்சியில் இல்லாததே. இன்னொரு கோணத்தில் நாளை கமலின் கையில் அதிகாரம் வாய்த்தாலும் அவர் மட்டும் நேர்மையாய், தெளிவாய் இருந்தால் போதாது. இரண்டாம் மட்டத் தலைவர்களுக்கும் அவை வேண்டும். கமலின் நேர்காணல்களிலிருந்து இதற்கு இரண்டுவிதமான பதில்கள் இந்தக் கேள்விக்குக் கிடைக்கின்றன: (i) மக்கள் நலனில் அக்கறை கொண்ட எவரென்றாலும். (ii) தமிழகமெங்கும் அவரது ரசிகர் நற்பணி மன்றப் பொறுப்புகளில் இருப்பவர்கள். முதலாவது ஓரளவு எடுபடும். ஆம் ஆத்மி கட்சி தில்லியில் அப்படித்தான் (முதல் முறை மட்டும்) உருவாகி எழுந்தது. அவர்களுக்குள் சண்டையின்றி மேய்ப்பது பெரிய வேலை என்றாலும், அந்த ரிஸ்க்கை எடுத்துத்தான் ஆக வேண்டும்.

இரண்டாம் வகையினர் பற்றிக் குழப்பங்கள் இருக்கின்றன. 2000ம் ஆண்டுக்குப் பின் கமல் ஹாசனின் ரசிகர் மன்றங்களில் அவ்வளவாய்ப் புதியவர்கள் இணைந்திருப்பார்களா எனச் சொல்ல முடியவில்லை. ஆக, இன்று அந்தப் பொறுப்புகளில் இருப்போர் பெரும்பாலும் சுகர் பேசன்ட்களாய் இருக்கவே வாய்ப்புண்டு. அவர்கள் நல்லவர்களாகவும், நல்ல ரசனை கொண்டவர்களாகவும் இருக்க நிறைய வாய்ப்புண்டு என்றாலும் அரசியல் புரிதலோ, நிர்வாகத் திறனோ இருக்குமா எனத் தெரியவில்லை. ஆனால் அவர்களை விட்டு விடவும் முடியாது. கமல் ஹாசன் கட்சி ஆரம்பிப்பதே பிரதானமாய் அவர்களை நம்பித்தான். அந்த முதலீட்டுக்கு ஏதாவது பிரதிபலன் நிச்சயம் எதிர்பார்ப்பார்கள். கமல் அதைப் பிழை சொல்லவும் முடியாது. அல்லது இந்த இரண்டு பிரிவிலும் பேலன்ஸ் செய்து ஆட்களை வைத்துக் கொள்வாரா!

12. கமல் பெரும்பாலான கேள்விகளுக்கு, தாம் சந்தித்த சினிமா அனுபவங்களைச் சொல்லியே பதில் அளிக்கிறார். ஒரு கட்டத்தில் அவரது தீவிர ரசிகனான எனக்கே அரசியலை முன்வைத்த உரையாடல்களில் அது அலுப்பூட்டுகிறது, ஏமாற்றமளிக்கிறது. அரசியல் பற்றி அதிகபட்சம் தன் வீட்டுக்கு ராஜாஜியும், காமராஜரும் வந்ததை மட்டுமே சுட்டுகிறார். கமல் வெறும் நடிகராக மட்டும் இருந்தபோது அவரது நேர்காணல்களை ரசித்ததன் காரணம் அவர் மற்ற நடிக, நடிகையர் போல் ஷூட்டிங் ஸ்பாட்டில் என்ன நடந்தது என்று அறுத்தெடுக்காமல் சினிமா தாண்டி சுவாரஸ்யமாக, அறிவுபூர்வமாகப் பேசினார். அதனால் அவர் அரசியலுக்கு வரும்போது அதையே அரசியலுக்கு நீட்டித்து நாம் எதிர்பார்ப்பது இயல்பே. தவிர, செய்திச் சேனல்கள் பெருகி விட்ட இன்றைய நவயுக ஊடக உலகில் ஒரு வட்டச் செயலாளர் கூட தன் கட்சியின் சார்பில் விவாத நிகழ்ச்சிகளில் கலந்துகொண்டு தரவுகளை முன்வைத்து அரசியல் பேச வேண்டி இருக்கிறது எனும்போது, கமலின் பேச்சுகளில் அது தொடர்பான போதாமையை உணர்கிறேன். என் தனிப்பட்ட எதிர்பார்ப்பு கமல் சினிமா பற்றிய பேச்சைக்

குறைத்துக் கொண்டு அரசியலை முன்வைத்து அறிவுபூர்வமாய்ப் பேச வேண்டும் என்பதே.

*13. அவர் ட்வீட்கள் அனாவசியத் திருகலுடன் இருக்கின்றன என்பதை நானே ஒப்புக்கொள்வேன் என்றாலும், கமலின் பேச்சு எனக்குப் பிடிக்கும். மிகப் பிடிக்கும். ஆனால், என் போன்றவர்களுக்கு மட்டும்தான் பிடிக்கும். கொஞ்சம் திமிராகச் சொல்ல வேண்டுமெனில் அறிவுரீதியான எலைட் ஆசாமிகளுக்கு மட்டுமே அவர் பேச்சு உவப்பாக இருக்கும். அவர்கள் மொத்த ஜனத்தொகையில் அதிகபட்சம் 5% இருக்கலாம். மற்றபடி மீதம் எல்லோரும் கமல் பேசுவது புரியவில்லை எனக் கடந்து போய் விடுகிறார்கள். உண்மையில் அவர் பேசுவதில் புரியாமல் போக பெரும்பாலும் ஏதும் இருப்பதில்லை. வேண்டியது கொஞ்சம் சிரத்தையான கவனிப்பு மற்றும் குறைந்தபட்ச சிந்தனைத் திறன். அஃது நம் தேசத்தில் பெரும்பாலானோருக்கு இல்லாததால்தான் இந்தப் பிரச்சினை. கமலின் இன்றைய பேச்சின் வடிவம் ஒரு வெகுஜன அரசியல் இயக்கத்துக்குப் பொருந்தி வரக்கூடியதல்ல. அதை அவர் மாற்றிக் கொண்டே ஆக வேண்டும். அவர் இப்படிப் பேசவே கூடாது என்பதல்ல. (அப்புறம் நாங்கள் எங்கே போவதாம்!) ஆனால் நாய் வேடமணிந்தால் குரைத்தாக வேண்டும் என்பதாய் அரசியலுக்கு உரிய பேச்சுக்கலையை அவர் கற்றுக்கொள்வது தவிர்க்க முடியாதது. இதற்கான நல்ல சமகால உதாரணம் திருமாவளவன். நேர்காணல்களில் வெளிப்படும் திருமாவளவன் வேறு, மேடைப்பேச்சுகளில் வெளிப்படும் திருமாவளவன் வேறு. அரசியலுக்கு உரிய தேவை என்ன என்பதை அவர் புரிந்து வைத்திருக்கிறார். கலைஞர் பேச்சினால் மட்டுமே இத்தனை கோடி பேரை ஈர்த்தார். எம்ஜிஆருக்கு பேச்சுத் திறமை தேவைப்படவில்லை. அவர் தன் தோற்றத்தாலும், உடல் மொழியாலுமே மக்களைக் கவர்ந்து விட்டார். கமலுக்குப் புகழ் தந்த ஒரே உடல் மொழி முத்தம்தான் என்பதால் அது அரசியலில் செல்லுபடியாகாது என்பதால், அவர் மக்களை ஈர்க்கும் பேச்சுக்கலையைக் கற்க வேண்டியதாகிறது. (பிக்பாஸ் நிகழ்ச்சியின் anchor-ஆக கமல் பேசியது ஓரளவு இதற்குப்*

*பக்கத்தில் வருகிறது என்று சொல்லலாம். ஆனால் அது பெரும்பாலும் வழிநடத்தப்பட்ட ஒன்று. ஒரு வட்டத்துக்குள் நின்றுவிட்ட ஒன்று.)*

*14. அரசியலில் வெற்றி பெற உங்களுக்கு என்ன தகுதி இருக்கிறது என நினைக்கிறீர்கள் என்ற கேள்விக்குப் பல இடங்களில் நேர்மை என்ற பதிலையே சொல்கிறார். அது உண்மையில் நேர்மையான பதிலும் கூட. அவர் அதையே தனக்கும் மற்றவர்களுக்குமான வித்தியாசமென முன்வைக்கிறார் எனப் புரிந்துகொள்கிறேன். ஆனால், அது வித்தியாசம் தானே ஒழியே வெல்லுமா? ஊழல் ஒழிப்பு என்பது முடிந்தவுடன் (ஒரு பேச்சுக்கு வைத்துக் கொள்வோம்) அதற்கான முக்கியத்துவம் போய்விடும். அதன் பிறகு சித்தாந்த பலம் அவசியம். தனக்கான இசங்கள் இல்லை என்று திரும்பத் திரும்பச் சொல்வது அடையாள அரசியலிலிருந்து தாம் விலகி இருப்பதை மக்களுக்கு உணர்த்த என அவர் கருதினாலும், ஒருவகையில் பலவீனம்தான். அவரது கட்சிக் கொள்கைகளின் அறிக்கை இவற்றை எல்லாம் தீர்க்கும் என நம்புகிறேன்.*

*15. கமல் நேர்மையான ஆட்சி தருவார் என ஏன் நம்புகிறேன்? இரண்டு காரணங்கள். ஒன்று அவர் இன்றுவரை கருப்புப் பணத்தில் ஈடுபடாமல் நேர்மையாக வருமான வரி கட்டி வருகிறார் என்பது. ஜி படம் பாடாவதி என்றாலும், அதில் சொல்லப்படும் ஒரு விஷயம் எனக்குப் பிடித்தமானது. மக்களுக்கு நல்லது செய்து விட்டு மக்களிடம் போய் ஓட்டுப் போடுங்கள் எனக் கேட்பார்கள். அவ்வகையில் ஏற்கனவே முப்பது ஆண்டுகளாக நேர்மையாக இருக்கும் ஒருவர் ஓட்டுக் கேட்கிறார் என்பதால் புதிதாய் அவர் சம்பாதித்து ஆகப் போவது ஒன்றுமில்லை என்ற அடிப்படையில் அவரை நம்புகிறேன். இரண்டாவது காரணம் எண்பதுகளில் கமலின் முன் இரு பாதைகள் இருந்தன. ரஜினி போல் நோகாமல் சூப்பர் ஸ்டார் ஆவது. நிதி சார்ந்த ரிஸ்க்குகள் எடுத்து நல்ல கலைஞன் எனப் பெயர் எடுப்பது. அவர் இரண்டாவதைத் தேர்ந்தெடுத்தார். அந்தத் தேர்வுதான் அவர் அரசியலிலும்*

*சவால் நிறைந்த நேர்மையான பாதையையே எடுப்பார் என நம்பவும் காரணம். அவரே அதை, தாம் செல்லும் அரசியல் முட்கிரீடம் என இரண்டு மூன்று இடங்களில் சொல்லி ஒப்புக் கொள்கிறார். அதனால் அவர் அரசியலுக்கு வந்தால், "முடிந்த அளவு" நேர்மையாக இருப்பார் என்றே நம்புகிறேன். முடிந்த அளவு என்றால்? ஆம் ஆத்மி அரவிந்த் கெஜ்ரிவாலை விட, கம்யூனிஸ்ட்களை விட என வைத்துக்கொள்ளுங்களேன்.*

*16. அரசியலுக்கு வந்தால் சினிமாவில் கவனம் செலுத்த மாட்டேன் என்று சொல்வது அவரது திரை வெறியனாக எனக்குக் கடும் கசப்பை அளித்தாலும், அதுதான் அவரது அரசியல் பணிகளுக்கு நியாயம் செய்யும் சரியான முடிவாக இருக்கும். அவரே சொல்வதுபோல் இரட்டைப் படகில் சவாரி செய்தல் சிரமம். இதை மத்திய நிதி அமைச்சர் அருண் ஜேட்லி நிதி தவிர்த்த மூன்று துறைகளைக் கவனித்ததால்தான் நிதி நிர்வாகம் பல்லிளிக்கிறது என்று சமீபத்தில் முன்னாள் நிதியமைச்சரான யஷ்வந்த் சின்ஹா விமர்சனம் செய்திருப்பதை இதோடு ஒப்புநோக்கலாம். ஒரு வேலை நேர்த்தியாய் முடிய Quality Time அதற்கு அளிக்கப்பட வேண்டும் என்ற முதிர்ச்சியான புரிதல் கமலுக்கு இருப்பது முக்கியமானது.*

*17. ஜெயலலிதா மறைந்து, கலைஞர் நலங்குன்றி இருக்கும் சூழலின் வெற்றிடத்தை (அது உண்மையில் வெற்றிடமா என்ன? ஸ்டாலின், திருமா எல்லாம் தொக்கா!) பயன்படுத்திக்கொண்டு அரசியலுக்கு வருகிறீர்களா என்ற கேள்வி திரும்பத் திரும்ப கமலிடம் கேட்கப்படுகிறது. அவர் அதை மறுத்து நான் 30 வருடங்களாக அரசியலில் இருக்கிறேன் என்ற சம்பந்தமே இல்லாத பதிலைச் சொல்கிறார். அந்தக் கேள்வியே நேரடி அரசியல் பங்களிப்பைப் பற்றியது எனும்போது எவ்வளவு முறை தான் அதே பதிலைச் சகிப்பது? (முதல் முறை அதைச் சில வருடங்கள் முன் அவர் சொல்லிக் கேட்டபோது ரசிக்கும்படி நன்றாகவே இருந்தது. ஆனால், தொடர்ந்து விடாமல் எல்லா இடங்களிலும் அதையே சொல்வது எரிச்சலூட்டுகிறது.) தவிர, அங்கே அந்தக் கேள்வியின் நோக்கம், தகவல்பூர்வமான ஒரு*

பதிலைப் பெறுவதுதானே ஒழிய, கமலின் புத்திசாலித்தன பதிலைப் பெறுவதல்ல. அதனால் அவர் அதற்கு மழுப்பாமல் நேரடியாகவே பதில் சொல்வதே முறை. என் புரிதல் அவர் இதை வெற்றிடம் என்று எண்ணி, அதை நிரப்பும் உத்தேசத்தில்தான் இப்போது வெளிவருகிறார். அதிமுகவின் மோசமான நிலை அவர் நுழைவை நியாயப்படுத்துகிறது. இத்தனை வெளிப்படையாகச் சொல்லத் தேவையில்லை என்றாலும், அக்கேள்வியை இன்னும் கொஞ்சம் தீவிரமாக எதிர்கொள்ளலாம். ஒவ்வொரு முறையும் சுட்டுவிரல் மையைச் சுட்டி முப்பதாண்டு என்று சொல்வது சுத்தமாகப் பொருந்தவே இல்லை.

18. ரஜினியின் அரசியல் நுழைவு பற்றித் திரும்பத் திரும்ப கமலிடம் (குறிப்பாய் வட இந்திய ஊடகங்கள்) கேட்கப்படுகிறது. அது அவர்கள் டிஆர்பியை உத்தேசித்தது. ரஜினி ஒருபோதும் அரசியலுக்கு வரப்போவதில்லை. அதற்கான திராணியோ திறமையோ அவருக்கு இல்லை. கமல் அக்கேள்வியை நன்றாகவே கையாள்கிறார். நண்பராக அவரிடம் தன் வருகையைத் தெரியப்படுத்தி இருக்கிறேன் என்கிறார். அவர் விரும்பினால் இணைத்துக்கொள்வேன், அவருக்கும் மக்கள் மீது அக்கறை இருக்கிறது என்கிறார். இருவரும் வெவ்வேறு அரசியல் நிலைப்பாடு கொண்டவர்கள் என்று ஒப்புக்கொண்டாலும் அவரது காவிச் சாய்வு குறித்த கேள்விக்கு, தாம் அதைச் சொல்ல முடியாது என விலகுகிறார். ரஜினியின் இருப்பு தன் கட்சியில் தன் ஈகோவைக் காயப்படுத்தாத அளவில் மட்டும் கமல் ரஜினியை வரவேற்பார் எனத் தோன்றுகிறது. அதற்கான காரணம் கூட நீண்டகால நட்பு, மக்கள் நலன் என்பதை எல்லாம் விட ரஜினியின் மார்க்கெட் காரணமாகவே என்றும் எண்ணுகிறேன்.

19. சமீபத்தில் வாக்குரிமை பெற்றோர், விரைவில் ஓட்டுரிமை பெற இருப்போர் என 17 முதல் 20 வயது இளைஞர்களைத் தான் கமல் குறிவைக்கிறார். அதுவும் ஆம் ஆத்மி பாணிதான். அவர்களே ஆர்வக்கோளாறாய் இருப்பார்கள். ஐஐடிகாரர்கள்

நின்றாலும் ஆதரிப்பார்கள், மநகூ வந்தாலும் ஆதரிப்பார்கள், கமல் வந்தாலும் ஆதரிப்பார்கள். ஆக, அவர்களைக் கட்சியில் இணைத்துக்கொள்ளவும், அவர்களின் வாக்குகளைச் சிந்தாமல் சிதறாமல் அள்ளவும் அவர் உழைப்பார் எனத் தெரிகிறது. இப்போதைக்கு அவரது தேர்தல் அரசியல் யுக்தியாக (strategy) அது மட்டும் வெளிப்பட்டிருக்கிறது.

20. நேர்காணல் செய்வோர் அனைவரும் (குறிப்பாய் வட இந்திய ஊடகங்கள்) மிகுந்த பதற்றத்துடன் கேட்ட கேள்வி எப்போது வருகிறார் என. ஒருவர் 30 நாளா, 60 நாளா, 90 நாளா எனக் கெடு கொடுக்கிறார். இன்னொருவர் 100 நாளில் வருவார் என எடுத்துக் கொள்ளலாமா எனக் கழுத்தை இறுக்கி ஆமாம் என வாங்கி அதைத் தலைப்புச் செய்தியாய்ப் போடுகிறார். நீ கேட்பதற்காக எல்லாம் அந்த நாளில் வர முடியாது என்ற கமலின் பதிலிலிருந்து அவர் தன் வருகைக்கு அவசரப்படவில்லை எனப் புரிகிறது. அது நியாயமும் கூட. வைகோ ஏன் தோற்றார்? அவர் 1991ம் அல்லாமல் 1996ம் அல்லாமல் இடைப்பட்ட காலத்தில் மதிமுகவைத் தொடங்கி, கொழுந்து விட்டெரிந்து தேர்தல் வருகையில் அணைந்து போயிருந்தார். விஜய்காந்த் ஏன் வென்றார்? அவர் தேமுதிகவை 2006 தேர்தலுக்கு 6 மாதத்துக்கு முன்புதான் தொடங்கினார். அந்தச் சூட்டோடு தேர்தலில் நின்று கிட்டத்தட்ட 10% ஓட்டு வாங்கினார். ஆக, எப்போது கட்சி தொடங்க வேண்டும் என்பதில் ஒரு சூட்சமம் இருக்கிறது. இன்று கமல் எப்போது கட்சி தொடங்க வேண்டும் என்ற கேள்விக்கான பதில் கமலிடம் இல்லை என்றே சொல்வேன். ஆட்சி கலைந்து, ஆறு மாதத்துக்குள் தேர்தல் வந்தால் உடனே தொடங்குவதில் பொருள் இருக்கிறது. அதற்காக முழுக்க ஆறப் போடவும் முடியாது. அந்தச் சமநிலையைப் பேணுவது ஒரு சவால். அவசரப்படாமல் அணுகுவதிலிருந்து கமல் சரியான பாதையில்தான் இருக்கிறார் என்று சொல்ல முடிகிறது.

21. இன்று தமிழகத்தில் முதல் பிரச்சினையாகக் கருதுவது ஊழல்தான் எனச் சொல்கிறார் கமல். அதாவது அது

தான் இருப்பதிலேயே பெரிய பிரச்சினை என்றல்ல. மற்ற பிரச்சனைகளைத் தீர்க்கும் முன் தடையாக இது இருக்கும் என்கிறார். அதில் எனக்குக் குழப்பங்கள் இருந்தாலும் அதைப் பெரிதுபடுத்த வேண்டியதில்லை என நினைக்கிறேன். அல்லது ஆம் ஆத்மி பாணியில் ஊழலையே பெரிய பூதம் எனக் கட்டமைத்து அதற்கு ஆதரவைப் பெருக்கி அதன்மூலம் ஆட்சிக்கு வருவது அவர் திட்டமாய் இருக்கலாம். அதுவும் தவறில்லை. அதற்கு அடுத்த பிரச்சினைகள் விவசாயம், கல்வி, மருத்துவம் ஆகியவற்றைச் சொல்கிறார். (சமூக நீதியைக் குறிப்பிடவில்லை.) எப்படியோ அவர் ஊழலை ஒழிப்பேன் என்று சொல்லி மட்டும் அரசியல் பேசவில்லை. அதைத் தாண்டி நிறையப் பிரச்சனைகள் இருக்கின்றன என்பதை ஒப்புக்கொள்கிறார், அவற்றையும் ஒழிப்பது தன் வேலை எனக் கருதுகிறார் என்பதுவரை நல்ல விஷயம்தான்.

22. ஊழல் என்றால் எதைக் குறிப்பிடுகிறார் என்ற கேள்வியும் எழுகிறது. அரசியல்வாதி ஊழல் செய்தால் ஐந்து வருடத்தில் தூக்கி எறிந்து விடலாம், ஆனால் ஐஏஎஸ் அதிகாரி ஊழல் செய்தால் ஆயுளுக்கும் நீடிக்கும் என்கிறார். மக்கள் காசு வாங்கிக் கொண்டு ஓட்டுப் போடுவதையும் குறிப்பிடுகிறார். ஆக, ஊழலுக்கு அரசியல்வாதிகள் மட்டுமே காரணம் என்ற ஒற்றைப்படையான புரிதலுடன் அவர் வரவில்லை. வேர் வரை புரிந்து தான் இருக்கிறது. ஆக, அவரது ஊழல் ஒழிப்பு என்பதை எல்லா மட்டங்களிலும் ஊழலைக் களைவது என்றே புரிந்து கொள்கிறேன். அது வரவேற்கத்தக்க நடவடிக்கையாக இருக்கும். அதற்கான செயல் திட்டம் என்னவாய் இருக்கும் என்பதை அறியவும் ஆவல் கொண்டிருக்கிறேன்.

23. மக்கள் ஐயாயிரம் வாங்கிக்கொண்டு ஐந்தாண்டுகளுக்கான தன் வாக்கை விற்பது லாபகரமான வியாபாரமல்ல; மாறாய் நல்ல கட்சிகளுக்கு ஓட்டுப் போட்டு அதைவிட அதிக பலன் பெறலாம் என்கிறார். அதாவது மக்கள் நலன் கொண்ட கட்சிகள் ஊழல் செய்யாமல் மாநிலத்தின் கட்டுமானத்தை உயர்த்தும், நலத்திட்டங்கள் மூலம் நன்றாகச் சம்பாதிக்கும்படியான

வேலைவாய்ப்புகளை உருவாக்கும் என்பதாய்ப் புரிந்து கொள்கிறேன். ஆனால் மக்களின் மனநிலை நாளைக்குக் கிடைக்கும் பலாக்காயை விட, இன்றைக்குக் கிடைக்கும் கலாக்காயே மேல் என்பதாக இருக்கிறது. அதை உடைத்து கோடிக்கணக்கான மக்களின் மனநிலையை எப்படி கமல் மாற்றப் போகிறார் என்பதும் மலைப்பாய் இருக்கிறது.

24. கட்சி நடத்த, குறிப்பாய் தேர்தல் அரசியலில் பங்கேற்க பணம் தேவை என்பது எல்லோருக்கும் தெரியும். அதற்கு என்ன செய்வீர்கள் என்ற கேள்விக்கு மக்களிடம் இருந்தே பெறுவேன் எனச் சொல்கிறார். காசு வாங்கிக் கொண்டு ஓட்டுப் போட்டுக் கொண்டிருந்தவர்களை, காசு வாங்காமல் ஓட்டுப் போடு என்று மாற்றுவதே சிரமம் எனும்போது காசும் கொடு, ஓட்டும் போடு எனக் கேட்டும் *model* எப்படிச் சாத்தியப்படும்? ஆக, இதைப் பணம் படைத்த உயர் நடுத்தர வர்க்கம் மற்றும் நடுத்தர வர்க்கத்தினரிடம் இருந்து நிதி பெறுவது எனப் புரிந்து கொள்கிறேன். அதாவது மக்கள் நலன் மட்டுமே நோக்கமாய்க் கொண்டு பிரதிபலன் பாராத நிதி உதவி (ஓரளவு ஆம் ஆத்மி பாணியிலானது). இன்னொரு வகையில் இப்படியான நிதி உதவி சாத்தியப்படும்போது அவ்வாறு கொடுத்தோர் அனைவரும் தவறாமல் கமலுக்கே வாக்களிப்பர் என்பது நிஜமே.

25. கமல் சினிமாவில் தோற்றதால்தான் அரசியலில் இறங்குகிறார் என்ற வாதம் அபத்தமானது. இரண்டு அடிப்படைகளில் இதைப் பார்க்கலாம். ஒன்று கமல் சினிமாவில் ஒழிந்து போகவில்லை. இப்போதும் வருடம் இரண்டு படங்கள், அதுவும் லாபம் தரக்கூடிய படங்கள் என்று அவரால் செய்ய முடியும். அவர் நடித்தாலே வெற்றி என்ற நிலை இல்லை (அது எப்போதும் இல்லை என்றே நினைக்கிறேன்) என்றாலும் அவரை நம்பிப் பணம் போட ஆட்களே இல்லை எனக் கட்டமைக்கப்படும் பிம்பம் பொய். ஆக, அவர் தோற்றுப்போன நடிகர் என்று சொல்வது ஒருவகை வக்கிர விருப்பம் மட்டுமே. அடுத்ததாக கமலை 100 கோடி ரூபாய் பேரத்துடன் ஓர் அரசியல் கட்சி பத்தாண்டுகள் முன்பே இழுக்க முயற்சித்தது. அதற்கு கமல் செவி

சாய்த்தாரில்லை. (அப்போது இருந்ததற்கும் இப்போதைக்கும் கமலின் *business graph*-ல் எந்தப் பெரிய மாற்றமுமில்லை.) தவிர, அவர் வாழும் முறையைப் பார்க்கும்போது அரசியலுக்கு வந்து காசு சம்பாதித்து அதைக் கொண்டு சொத்து சேர்க்கும் திட்டத்தில் இருப்பது போலவும் தெரியவில்லை. அப்படியான திட்டத்தில் இருப்பவர் அதிகம் சிரமம் எடுக்காமல் பாஜக போன்ற புளியங்கொம்பைப் (பண பல அடிப்படையில்) பற்றிக் கொள்ளலாம். நிச்சயம் மாநிலத் தலைமைப் பதவியும் நிறையத் தொகையும் தருவார்கள். ஆனால், கமல் அதைச் செய்யவில்லை. தவிர, அரசியல் வந்தாலே வெற்றி என்றில்லை, அதன் நிலையின்மை சினிமாவைக் காட்டிலும் ஜாஸ்தி. யாரோ ஒரு எடப்பாடியை ஒற்றை இரவில் உச்சத்தில் ஏற்றும்; சாணக்கியரான கலைஞரைக் கூட பத்தாண்டுகள் வீட்டில் உட்கார வைக்கும். அதனால் சினிமா தோல்விக்கு ஒருபோதும் அரசியல் புகலிடம் ஆகாது. அதனால் இந்தக் குற்றச்சாட்டை கமல்தான் முன்வந்து பேசி மறுக்க வேண்டும் என்பதில்லை. தர்க்கபூர்வமாய்ச் சிந்திக்கும் எவரும் தாமாய்ப் புறந்தள்ளி நகரலாம்.

26. கமல் வந்தால் கண்டிப்பாக இப்போது இருக்கும் கட்சிகளை விட நிச்சயம் மேலானதாகத்தான் இருக்கும் என்ற மேலோட்ட நம்பிக்கையில் கமலை ஆதரிக்க நான் விரும்பவில்லை. அப்படிப் பாவம் பார்க்கும் இடத்தில் வைத்து கமலைப் பார்ப்பது அவரை அவமதிப்பது என்றே சொல்வேன். இன்றும் நான் திமுக ஆதரவாளன்தான். திமுக மீதான விமர்சனங்கள் இருந்தாலும் வேறு வழியின்றி, இருப்பதில் அதுவே நல்லது என்று கருதும் காரணத்தால் அதை ஆதரிக்கிறேன். கமல் ஹாசனையும் அப்படிக் கருதி ஆதரிக்கும் நிலை வந்து விடக்கூடாது என்பதுதான் என் ஆதங்கம். கமல் ஹாசனைத் தெளிவான மாற்றுத் தரப்பாக, உணர்ச்சிகரம் தாண்டி தர்க்கக் காரணங்களுடன் ஆதரிக்கும் நிலை இருக்க வேண்டும். அதுதான் கமல் மாதிரியான ஓர் அறிவுஜீவி அரசியலுக்கு வருவதன் நற்பலனாக இருக்க முடியும். விஜய்காந்த் அரசியலுக்கு வந்தபோது எனக்கு ஒரு

மெல்லிய நம்பிக்கை இருந்தது. ஆனால், அதைத் தாண்டி அந்தச் சட்டமன்றத் தேர்தலில் கலைஞர் மீதான அபிமானத்தில் திமுகவுக்குத்தான் வாக்களித்தேன். அப்படியான "மெல்லிய நம்பிக்கை" மட்டுமே இப்போதைக்கு எனக்கு கமலின் மீது இருக்கிறது. கமல் ஒரு வலுவான கட்சிக் கொள்கைகளுடன் *(manifesto)* வரட்டும். தன் கட்சியின் இரண்டாம் மட்டம் யாரெனத் தெளிவுபடுத்தட்டும். பிறகு அவரை முழு மனதுடன் ஆதரிப்பதைப் பார்க்கலாம். இப்போதைக்கு அத்தகையதொரு வரவு பற்றி கனவு மட்டுமே காண முடிகிறது.

27. சில மாதங்கள் முன் என்னைக் கேட்டிருந்தால் மிகுந்த உற்சாகத்துடன் கமலை அரசியலுக்கு எதிர்பார்ப்பதைப் பகிர்ந்திருப்பேன். ஆனால், இந்த ஒரு மாதத்தில் கமலிடம் அடிப்படையில் ஒரு தெளிவின்மை இருக்கிறது என்பதை உணர்கிறேன். அது சற்று ஏமாற்றம் அளிக்கிறது. அதனால் என் வேகம் மட்டுப்பட்டிருக்கிறது. ஆனால் இது முடிவல்ல. இந்த மாதத் தொடக்கத்தில் ரிபப்ளிக் டிவிக்கு அளித்த பேட்டியில் கமல் தான் கட்சி தொடங்க மாட்டேன் என்றும் தேர்தல் அரசியலில் பங்கேற்க மாட்டேன் என்றும் சொன்னார். வெறும் இருபது நாட்களில் அவரது முடிவு மாறிவிட்டது. அதனால் இப்போது இருக்கும் நிலையை வைத்து முழுக்க கமலைத் தீர்மானிக்க வேண்டிய அவசியமில்லை. உத்தேசமாய் 2018ன் தொடக்கத்தில் இந்த எல்லாக் கேள்விகளையும் அப்போதைய கமலை வைத்து மீள்பார்வை செய்யலாம். கமலின் இயல்பை வைத்து அவர் மெருகேறி மேலும் நம்பிக்கை அளிப்பார் என நம்புகிறேன். பார்ப்போம்.

★

*References:*

1. *Anupam Kher's People (Republic TV) - https://www.youtube.com/watch?v=dbwymYV5Nzw (4 செப்டெம்பர் 2017-48 நிமிடம்)*

2. *India Upfront (Times Now) - https://www.youtube.com/*

*watch?v=I-q_XHNcwjY (21 செப்டெம்பர் 2017-20 நிமிடம்)*

3. *India Today Interview - https://www.youtube.com/watch?v=uRZ-ZlRpoOgg (21 செப்டெம்பர் 2017 - 8 நிமிடம்)*

4. *Face Off (CNN News 18) - https://www.youtube.com/watch?v=nUR-3gUFX7ik (25 செப்டெம்பர் 2017 - 18 நிமிடம்)*

5. *வெல்லும் சொல் (News 18 தமிழ்நாடு) - https://www.youtube.com/watch?v=wDGShp7BEQI (25 செப்டெம்பர் 2017 - 22 நிமிடம்)*

6. *வியூகம் (News 7 Tamil) - https://www.youtube.com/watch?v=EPiL-IntUHik (25 செப்டெம்பர் 2017 - 29 நிமிடம்)*

7. *NDTV Interview - https://www.youtube.com/watch?v=N-cxpjk_irw (26 செப்டெம்பர் 2017 - 20 நிமிடம்)*

*(செப்டெம்பர் 20, 2017)*

# 2. அயோத்திதாசர், பெரியார் மற்றும் இளையராஜா

ஆய்வுக் கட்டுரை எழுத தேவையான சமநிலை கொண்ட, ஒருமுகப்படுத்தப்பட்ட மனம் எனும் சொகுசுடன் இருக்க இந்த ஊரடங்குக் கிருமிக் காலம் சாதாரணர்களான நம்மை அனுமதிக்கவில்லை என்பதே நிலவும் கள யதார்த்தம். இது உண்மையில் கவிதைகளுக்கான காலம், புனைவுகளுக்கான காலம் அல்லது சோம்பல் முற்ற திரைப்படங்கள் கண்டு தீர்க்கும் காலம். அதனால் இக்கட்டுரையை ஆராய்ச்சியாக அன்றி, ஒரு உள்முக விவாதத்தெறிப்பாக எடுக்க எல்லா நியாயமும் இருக்கிறது.

அயோத்திதாசர் என்ற ஆளுமை பற்றிய என் பிம்பத்தைத் தொகுத்து நிறுவிக்கொள்வது இக்கட்டுரையை அணுக உதவக்கூடும். அவரது பங்களிப்பை இருபெரும் வகையாகப் பகுக்கலாம். முதலாவது அவரது செயல்பாடுகள். இரண்டாவது அவரது சிந்தனைகள்.

செயல் என்பது அவர் தாழ்த்தப்பட்டோர் விடுதலைக்காகச் செய்தவை. சுதந்திரத்தை விட சமூக விடுதலையே

முதன்மையானது என்று சொன்னவர் (19ம் நூற்றாண்டின் இறுதியிலேயே). அதனால் அன்று மேல்தட்டுத் தலைவர்களிடம் பலத்த எதிர்ப்பைச் சந்தித்தவர். சென்னை மாகாண சங்கம் சார்பில் ஒடுக்கப்பட்டோருக்குக் கல்வியுரிமை, நில ஒதுக்கீடு ஆகியவற்றை அரசிடம் கோரினார். பஞ்சமி நிலத்துக்கான துவக்கப்புள்ளி இது. இந்தியாவில் பௌத்த மறுமலர்ச்சி ஏற்படுத்தியதில் அயோத்திதாசர் பங்களிப்பு முதன்மையானது. திராவிடர், தமிழர் போன்ற சொற்களைப் பரவலாகப் பயன்படுத்த ஆரம்பித்தவர் அவரே. அது சாதி வேற்றுமையைக் களையும் என நம்பினார். இதை எல்லாம் வைத்துப் பார்க்கும் போது சாதி ஏற்றத்தாழ்வை மறுத்துப் போராடியதில் அவர் பெரியாருக்கும், அம்பேத்கருக்கும் முன்னோடி எனத் தயங்காமல் சொல்லலாம்.

இவ்வளவு இருந்தும் தன் மறைவுக்குப் பின் சுமார் 90 ஆண்டுகள் அயோத்திதாசர் காணாமல் போனார். அவருக்குத் தன் தங்கையை மணம் முடித்துக் கொடுத்த தலித் போராட்டக்காரரான இரட்டைமலை சீனிவாசன் அவருக்குப் பிறகு முப்பத்தைந்து ஆண்டுகள் வாழ்ந்திருக்கிறார் ('பறையன்' என்ற இதழை நடத்தி, சென்னை மாகாண சட்டசபை உறுப்பினராகவும் பல்லாண்டு காலம் அதிகாரத்தில் இருந்தவர்). அப்படி இருந்துமே அயோத்திதாசரின் சிந்தனைகள் பரவலாக்கப்படவில்லை என்பதைக் கவனிக்க வேண்டும். எனில் சீனிவாசனுக்கே அயோத்திதாசரது கருத்தாக்கங்களில் முரண்களோ சங்கடங்களோ இருந்திருக்கின்றன என்றே கொள்ள வேண்டியுள்ளது.

அதற்கெல்லாம் காரணம் அவரது சிந்தனைகள் ஆதாரங்களற்று அந்தரத்தில் நின்றதுதான். நவீன வரலாற்று ஆய்வு முறைகளின்படி அவரை அணுகும் எவருக்கும் அது திகைப்பூட்டுவதாகவே இருக்கும். அவர் சுமார் எழுபது ஆண்டுகள் வாழ்ந்திருந்தாலும் அதில் வெறும் பத்து சதவிகிதம் தொடர்பான ஆவணங்கள் மட்டுமே கிடைக்கின்றன. கடைசி ஏழு ஆண்டுகள். அவர் நடத்திய 'தமிழன்' இதழ்கள் மூலம் (ஆரம்பத்தில் 'ஒரு பைசா

தமிழன்' என்ற பெயரில் நடத்தினார்). அவற்றிலிருந்து அவரது எழுத்துகளை ஞான அலாய்சியஸ் 'அயோத்திதாசர் சிந்தனைகள்' என்ற பெயரில் தொகுதிகளாக வெளியிட்டிருக்கிறார். (இன்னும் சில தொகுக்கப்படாமல் இருக்கின்றன என்கிறார்கள்.)

பிறகு தமிழ்நாட்டு தலித் ஆய்வாளர்களின் மைய வசீகரமாக அயோத்திதாசர் மாறிப் போனார். ஏற்கனவே ராஜ்கௌதமன், ரவிக்குமார், ஸ்டாலின் ராஜாங்கம், கௌதம சன்னாசி முதலான பலர் அயோத்திதாசர் பற்றி நூல்களும் கட்டுரைகளும் எழுதிக் குவித்துள்ள நிலையில், மதுரை காமராசர் பல்கலைக்கழகத்தின் நாட்டுப்புறவியல் துறைத் தலைவரான பேராசிரியர் டி.தருமராஜ் 'அயோத்திதாசர் பார்ப்பனர் முதல் பறையர் வரை' என்ற கனமானதொரு நூலைச் சென்ற ஆண்டு வெளியிட்டார்.

அயோத்திதாசர் என்ற பெயர் எனக்கு முதன் முதலில் அறிமுகமானது 2003ம் ஆண்டு வாக்கில். அப்போது சென்னையில் கல்லூரி வாசித்துக்கொண்டிருந்தேன். வாரம் ஒருமுறையாவது கன்னிமரா நூலகத்துக்குப் போய் வரும் பழக்கம் இருந்தது. 'அயோத்திதாசர் சிந்தனைகள்' நூலின் இரு பெரும் தொகுதிகள் குறிப்பிட்ட அடுக்கில் வைக்கப்பட்டிருக்கும். நான் முதல் நாள் அவற்றை எங்கே பார்த்தேனோ அங்கேயே தான் அது எப்போதும் இருக்கும். அதை யாரும் எடுத்து வாசித்ததாகவே தெரியவில்லை.

முதலில் அது அயோத்தி, ராமர் கோயில் தொடர்பான ஏதோ இந்துத்துவ நூல் என்று நானும் கண்டுகொள்ளவில்லை. பிறகு அதன் அசையாத்தன்மையால் ஈர்ப்புற்று ஓரிரு முறை எடுத்துப் புரட்டியதில் அவர் நூறாண்டு பழைய தலித் சிந்தனையாளர் என்று அறிந்துகொண்டேன். ஒருமுறை அவற்றில் ஒன்றை என்ட்ரி போட்டு எடுத்ததும் நினைவிருக்கிறது. ஆனால் மேலோட்டமாய் மேய்ந்ததைத் தவிர முடிக்கவில்லை.

அயோத்திதாசரை நான் குறைவாகவே வாசித்தவன். போலவே அவரைப் பற்றி வந்த எழுத்துகளையும் அதிகம் வாசித்ததில்லை. இந்தக் குறைதகுதிப் பின்புலத்தில் எனக்கு தருமராஜின் நூலின்

தனித்துவம் எனத் தோன்றுவது அதன் இயல்புதான். இது அவரது சரிதம் அல்ல; அவரது சிந்தனைகளை விளக்கும் பரப்பும் முயற்சி அல்ல; நிச்சயம் அவரை எதிர்மறையாக விமர்சிப்பதும் அல்ல; மாறாக அவரது சிந்தனைகள் வழி அவர் ஏன் மறக்கப்பட்டார் என்ற சித்திரத்தைக் கரிசனத்துடன் அளிக்க முயல்கிறது இந்நூல்.

★

தருமராஜ் சென்ற ஆண்டு இந்நேரம் - நூல் வெளியாகும் முன்பாக - நூலின் இறுதிப் பகுதியாக உள்ள 'பூர்வ பௌத்தனின் கல்லறை'யை மட்டும் மென்பிரதியாக எனக்கு அனுப்பி இருந்தார் - அப்போது அதன் தலைப்பு 'அயோத்திதாசரின் லட்சணம்' என்பது. அதைப் பற்றிய என் கருத்துகளை அப்போது சுருக்கமாக அவரிடம் பகிர்ந்திருந்தேன். அவற்றின் நீட்சியாகத் தோன்றிய சில எண்ணங்களை இவ்வழி பகிர்ந்து கொள்ளலாம் என நினைக்கிறேன். (புத்தகத்தின் மற்ற பகுதிகளை நான் இன்னும் வாசிக்கவில்லை.)

முதலில் நூலின் மீதான என் விமர்சனங்கள் எனத் தோன்றுவதைச் சொல்கிறேன்.

அந்தக் கடைசிப் பகுதி பிடிஎஃப் வடிவில் 120 பக்கங்கள் கொண்டது. மொத்தமாய் 36 அத்தியாயங்கள் கொண்டது. என் முதல் அதிர்ச்சி அதை எனக்கு அனுப்பியபோது, 'கட்டுரை' என தருமராஜ் குறிப்பிட்டார். என் முதல் வாசிப்பில் அந்த அத்தியாயப் பிரிப்புகளின் தர்க்கத்தை என்னால் சரியாக உள்வாங்க முடியவில்லை. சிற்சில அத்தியாயங்கள் சேர்த்தே எழுதப்பட்டிருக்கலாம் - வலிந்து பிரிக்கப்பட்டது போல் தோன்றியது. அதில் நன்மையும் உண்டு; எதிர்மறையும். நன்மை வாசகனுக்குச் சிந்தனைகளைச் சிறிய பொட்டலமாகத் தர முடிவது. எதிர்மறை தர்க்கபூர்வத் தொடர்ச்சி அறுபடுவது. ஒரு வாசகனாக எனக்கு அது மெல்லிய தொந்தரவூட்டும் ஓர் அம்சமாகவே இருந்தது. தருமராஜிடம் சொன்னபோது, கனத்த ஒன்றை வாசிக்கிறோம் என்ற அலுப்பைத் தவிர்க்கும்

பொருட்டு வலிந்து செய்யப்பட்டதுதான் அது என்றார். எனில் ஒரு புதிய வாசகனுக்கு ஒருவேளை அது நல்ல விஷயமாகத் தோன்றலாம்தான்.

எனக்குப் பொதுவாகவே திரும்பச் சொல்லுதல் என்ற விஷயத்தில் உவப்பில்லை. 18, 19, 20 அத்தியாயங்களில் இலக்கணம் / லட்சணம், பனுவல், பண்பாட்டுச் செயல்பாடு பற்றிய விஷயங்களில் பல திரும்பத் திரும்பச் சொல்லப்படுகிறது. இதுபோல் மேலும் சில இடங்களையும் இந்நூலில் சுட்டலாம். வாசகனுக்குப் புரியாதோ என்ற தயக்கம் எழும்போது இந்த விஷயம் நுழைந்து விடும். அது அவசியமற்றது என்றே படுகிறது. தேர்ந்த ஒரு வாசகனுக்கு அது எரிச்சலூட்டும் விஷயமாக தொனிக்கும் சாத்தியமுண்டு.

தருமராஜின் எழுத்து முறையில் இன்னொரு விஷயத்தையும் பார்க்கிறேன். அவர் பேசிக்கொண்டிருக்கும் மைய விஷயத்திற்குத் தொடர்புடைய இன்னொரு விஷயத்தைப் பற்றிப் பேச ஆரம்பிக்கும்போது, அதையும் மிக மிக மிக விஸ்தாரமாகச் சொல்ல ஆரம்பித்து விடுகிறார். (அவர் ஒரு பேராசிரியர் என்கிற பின்புலம் இதற்குக் காரணமோ என்றும் தோன்றுகிறது.) ஒரு பெருங்கதையில் நுழையும் கிளைக்கதை பிரதானக் கதையின் அளவுக்கே வளர்ந்து நிற்கும்போது, நாம் வாசிக்கும் கதை எதைப் பற்றியது என்ற குழப்பம் நமக்கு வந்து விடுவதுபோல்தான் அயோத்திதாசர் நூலிலும் நிகழ்கிறது.

உதாரணமாக அயோத்திதாசரை நாம் மறந்து விட்டது பற்றி எழுதும் போது ஞாபகம் மற்றும் மறதி பற்றிப் பல விஷயங்களை உளவியல் ரீதியாகவும் சமூகரீதியாகவும் பல அத்தியாயங்கள் சொல்லிச் செல்கிறார். அது தொடர்புடையதெனினும் மிகவும் நீண்டுவிடுகிறது. போலவே எழுத்து, ஒலி, மெய், பன்மை, வாசனை, பனுவல், திக்கல் முதலிய பகுதிகளும் .அப்படித்தான். பல அத்தியாயங்களில் அயோத்திதாசரோ, பறையரோ, பௌத்தரோ, பிராமணரோ காணாமல் போய் இது ஒரு தவிர்க்க முடியாத பாடப் புத்தகத்தனத்தைக் கொணர்ந்து விடுகிறது. ('இளையராஜாவை வரைதல்' நூல் மற்றும் அதன்

தொடர்ச்சியான ராஜா கட்டுரையிலும் இதே கூறை நாம் காண முடிகிறது.)

மாறாக எதிர்பார்த்த சில விஷயங்கள் சுருக்கமாகவே வருகிறது. 'மிதக்கும் குறிப்பான்' பற்றிய அத்தியாயங்களை இன்னும் தெளிவாகவே விளக்கி இருக்கலாம் எனப்படுகிறது. 8 முதல் 11 வரையிலான அத்தியாயங்களில் "ஞாபகம் ஒரு காலவாசி" என்பது வரை புரிகிறது. ஆனால் அதைத் தொடர்ந்து காலத்தை/ காலவெளியை எப்படி நேரடியாய் ஞாபகங்கள் / மறதிகளுடன் சேர்த்துச் சொல்கிறார் என்பதில் தெளிவில்லை. அதில் காலம்/ காலவெளி என்ற இடத்தில் மூளையின் நினைவடுக்கு என்ற விஷயத்தைத்தான் வைத்துப் பார்க்க முடிகிறது. ஒருவகையில் ஆழ்வாசிப்பைக் கோரும் இடங்கள் அவை.

அடுத்து இந்த நூலின் பலமாக அல்லது தனித்துவமாக நான் கருதுவதைப் பார்ப்போம்.

வேஷ பிராமணன், யதார்த்த பிராமணன் பற்றி இடங்கள் சிறப்பாக வந்திருக்கின்றன. அயோத்திதாசர் இயற்றிய இந்திர தேச சரித்திரம் குறித்து எழுதப்பட்டிருக்கும் கடைசி ஐந்து அத்தியாயங்களும் (32 முதல் 36 வரை) பிரமாதமாக வந்திருக்கின்றன. நூலின் ஆகச் சுவாரஸ்யமான பகுதி இதுவே. (அயோத்திதாசரின் சறுக்கல்களை தருமராஜ் இப்பகுதியில் பேசுகிறார் என்பதும் எனக்குப் பிடித்ததற்குக் காரணமாக இருக்கலாம்.) திண்ணைப் பள்ளிக்கூடம் பற்றி அயோத்திதாசர் சொல்லியுள்ளவை நன்றாக உள்ளன. இறுதியாக அந்த ரகசியக் கடத்தல் விஷயமும் சுவாரஸ்யமாக அமைந்திருக்கிறது.

அயோத்திதாசர் சொல்வதாக இந்தப் பகுதியில் தருமராஜ் முன்வைப்பது அன்றைய பறையர்கள் (அதாவது அவர்களில் சிலர் என்று புரிந்துகொள்கிறேன்) உண்மையில் பூர்வபௌத்தர்கள். கல்வியறிவு கொண்டவர்கள். பிராமணர்களின் அபத்தங்களை எதிர்த்தவர்கள். அவர்கள் பௌத்தர்களாக இருந்தது வேஷ பிராமணர்களுக்கு எதிரான ஒரு கலகச் செயல்பாடு. அவர்களை ஒழிக்கும் நோக்கில் அந்தச் செயல்பாடுகளைக்

கொச்சைப்படுத்த பறையர் என்பதைச் சாதிப் பெயராக, அவமதிப்பு மிக்க சொல்லாகப் பிராமணர்கள் மாற்றினார்கள் என்பது அயோத்திதாசரின் தியரி. இப்படிச் சொல்லும் போது (சில) பறையர்கள் மற்றும் பிராமணர்கள் தவிர்த்து மற்ற எல்லோரையும் கல்லாதவர்கள் என்று சொல்கிறார். இதில் மற்ற பறையர்களும், பிற தலித்களும், பழங்குடிகளும் பிற்படுத்தப்பட்டோரும் வருவார்கள். ஆதாரங்களற்ற பூர்வபௌத்தர் என்ற அயோத்திதாசரின் இந்த *claim* ஒரு வகையில் பெருமித உணர்வுதான். அதன் கரட்டு வடிவ நீட்சி தான் வீரப் பறையனார் எனக் கொம்பு சீவும் சுவரொட்டிகளை அடிப்பது. வள்ளுவப் பறையனார் போன்ற அடையாளத் திரிபுகளை மேற்கொள்வது.

அயோத்திதாசர் அடிப்படையில் சித்த மருத்துவர். அவர் சில சித்து வேலைகளும் தெரிந்து வைத்திருந்ததாக திரு.வி.க.வின் குறிப்பின் மூலம் அறிய முடிகிறது. இதில் கவனிக்க வேண்டியது அயோத்திதாசர் தாம் பூர்வபௌத்தர் என உளப்பூர்வமாகவே நம்பினார் என்பதுதான். அமெரிக்கரான ஆல்காட்டின் மூலமாகவே இலங்கை சென்று அங்கிருந்த பௌத்த பிக்குகளின் வழிகாட்டலுடன் 1898ல் புத்த மதத்தைத் தழுவினார். அப்போது ஆல்காட்டிடம் “நாங்கள் பூர்வ பௌத்தர்கள். இம்மண்ணின் பூர்வகுடிகளான நாங்கள் எங்களின் முன்னோரின் வழியில் செல்ல விரும்புகிறோம். எங்களுக்கு பௌத்த சங்கம் அமைக்க உதவினால் நூற்றுக்கணக்கானோர் பௌத்தம் திரும்புவார்கள்” என்று தெளிவாகச் சொல்லி இருக்கிறார் (அந்த அமைப்பின் பெயர் திராவிட பௌத்த சங்கம்).

அவர் நவீன முறைகளைப் பின்பற்றாமல் செய்தவற்றை மீட்டுருவாக்க வரலாறு என்றார். அது வரலாறு அற்றவர்களின் வரலாறாக அமைகிறது என்று நம்பினார். ஆனால் அப்படிக் கட்டமைக்கப்பட்ட பெருமிதத்தைக் கொண்டாடுவது மட்டுமல்லாது, அதையே நவீன அடையாளமாக முன்வைப்பதே அவரது பிரச்சினை ஆகிவிடுகிறது. அந்தப் பகுதியின்

தலைப்பான 'பூர்வபௌத்தனின் கல்லறை' இதையொட்டியது தான்.

பெரும்பாலும் அலைபாயும் தன்மை மிகுந்து காணப்படும் இந்த இறுதிப்பகுதி நூலின் பின்னுரையாகவே கட்டமைக்கப்பட்டிருக்கிறது. பிராமணர், பூர்வபௌத்தர், பறையர் பற்றி அயோத்திதாசர் கொண்டிருந்த கருத்துகளும், அவர் ஏன் மறக்கப்பட்டார் என்ற தருமராஜின் பார்வையும் என்பதை இந்நூலின் மையச்சரடாகக் கொள்ள இடமுண்டு. அவ்வகையில் பார்த்தால் இந்நூல் அயோத்திதாசரின் வீழ்ச்சியைப் பேசும் நூல்தான்.

திராவிட இயக்கம் அயோத்திதாசரை விட எங்கே அதிகம் வெற்றி பெற்றது, எங்கே சித்தாந்த ரீதியாகத் தேங்கியது என்பதற்கு அதிக விளக்கங்கள் இந்நூலில் இல்லை. அது நூலின் நோக்கம் இல்லை என்பதால் குறைசொல்வதற்கில்லை. நமக்கு ஆர்வமிருக்கும் ஒரு விஷயத்தை நூல் பாதியில் கைவிட்டு நிற்பதன் தனிப்பட்ட ஏக்கம் மட்டுமே அது.

★

'தமிழன்' இதழ் 1926ல் மீண்டும் தொடங்கப்பட்ட போது அதை வரவேற்று 'குடியரசு' இதழில் பெரியார் எழுதியதிலிருந்து ஒரு பகுதி: "முன்னர் காலஞ்சென்ற திரு.அயோத்திதாசர் பண்டிதரவர்களால் 'தமிழன்' என்னும் பெயர் கொண்ட பத்திரிகை நடத்தப்பெற்றது. அவர் காலத்திற்குப் பின்னர் அப்பத்திரிகை நிறுத்தப்பட வேண்டியதாயிற்று." 1961ல் கோலார் தங்கவயல் தென்னிந்திய புத்த சங்கம் நடத்திய கூட்டத்தில் ஜி.அப்பாத்துரையார் படத்தை பெரியார் திறந்து வைத்து பெரியார் பேசியது: "காலஞ்சென்ற அயோத்திதாஸ் பண்டிதர் அவர்கள் அறிவு விளக்க நூல்களை நாங்கள் எப்படி குறைந்த விலையில் விற்பனை செய்து வருகின்றோமோ, அதுபோலவே குறைந்த விலையில் வழங்கி வந்தார். அயோத்திதாஸ் பண்டிதருடன் அப்பாத்துரை அவர்கள் ஈடுபட்டு பணியாற்றி வந்திருக்கிறார்கள். இதன் காரணமாக எங்களுக்கு நெருங்கிய

நேயம் உண்டாயிற்று.”

பெரியார், அயோத்திதாசரை மறைத்தார் என்று முன்வைக்கப்படும் கருத்துகளை ஏராளம் பார்க்கிறோம். பெரியார் அடிப்படையில் பகுத்தறிவாளர். அவரால் நிச்சயம் ஆதாரபூர்வமற்று, வரலாற்று உணர்வற்று அயோத்திதாசர் முன்வைத்த கருத்துகளை ஏற்றிருக்க முடியாது. அதனால் அவரை ஓர் அடையாளமாக முன்வைக்கும் போது அவரது பகுத்தறிவற்ற பகுதிகளையும் சேர்த்துச் சுமக்க வேண்டும் என்பதால் அவரைத் தவிர்த்திருக்கலாம் என்றே கொள்ள வேண்டியுள்ளது. அயோத்திதாசரை எவ்வளவு தூரம் சிந்தனையாளராக பெரியார் அறிந்திருந்தார் என்பதும் தெளிவாய்த் தெரியவில்லை. (அவர் நூல்களைப் பெரியார் பதிப்பித்தார் என்றாலும் அவை இட ஒதுக்கீடு, நில உரிமை போன்ற சமூக நீதி, சாதியொழிப்புக் கருத்துகள் தொடர்புடையவை. சடங்கு, பௌத்தம், வரலாற்று மீட்டுருவாக்கம் போன்ற பண்பாட்டு விஷயங்கள் தொடர்புடையவை அல்ல.)

அயோத்திதாசரின் சமகாலத்தவரான பேராசிரியர் பி. லக்ஷ்மி நரசுவின் *‘The Essence of Buddhism’* நூலின் மறுபதிப்பின் (1948) முன்னுரையில் “இதுவரை புத்த மதம் பற்றி வந்துள்ள நூல்களில் இதுதான் சிறந்த நூல்” என்கிறார் அம்பேத்கர். அயோத்திதாசரும் ‘புத்தரது ஆதிவேதம்’ என்ற புத்தர் சரிதத்தை ‘தமிழன்’ இதழில் எழுதினார். மேற்கத்திய தரவுகளைக் கருதாது பழந்தமிழ் நூல்களை ஆதாரமாகக் கொண்டு எழுதினார். அது அம்பேத்கருக்குப் போய்ச் சேரவில்லை. அவர் தமிழகத்திலேயே மறக்கப்பட்டிருந்தார்.

பெரியார் தமிழகத்தில் இருந்தவர். அம்பேத்கர் பம்பாயில் இருந்தார். அம்பேத்கருக்கு அயோத்திதாசர் போய்ச் சேராததை வைத்துப் பெரியாருக்கும் தெரிந்திருக்காது என்று முடிவு செய்ய முடியாதல்லவா என ஒருவர் இங்கே கேள்வி எழுப்பலாம். சரிதான். ஆனால் அம்பேத்கர், பெரியார் இருவரின் ஆர்வப் புள்ளிகளையும் கவனிக்க வேண்டும். அம்பேத்கர் புத்தர், பௌத்தம் தொடர்புடைய விஷயங்களில்

ஆர்வமாக இருந்தவர். மாறாக பெரியாரோ சாதியொழிப்பு, கடவுள் மறுப்பு, மூடநம்பிக்கை எதிர்ப்பு, பார்ப்பன எதிர்ப்பு போன்றவற்றில் தான் முழுமூச்சாக ஈடுபட்டுக் கொண்டிருந்தார். அதனால் தமிழில் எழுதப்பட்டது என்றாலும் அம்பேத்கருக்கு அயோத்திதாசர் நூல் பற்றிய தகவலேனும் போய்ச் சேர்ந்திருக்க அதிக முகாந்திரம் இருந்தது என்றே கருதுகிறேன்.

இதெல்லாம் தாண்டி பெரியாருக்கும் அயோத்திதாசருக்குமான சிந்தனைத் தரப்புக்கு பாரதூர வித்தியாசம் உண்டு. கார்த்திகை தீபம், ஆடி மாத அம்மன் வழிபாடு, விஜயதசமி / சரஸ்வதி பூஜை, சங்கராந்தி / பொங்கல் / போகி, முக வழிபாடு, சிவராத்திரி, அம்மி மிதித்தல், அருந்ததி பார்த்தல், அரசமரக் கிளை நடுதல், மாங்கல்யம் கட்டுதல் முதலான இந்துத் திருமணச் சடங்குகள் போன்ற தமிழர்கள் மத்தியில் நிலவிய பலவற்றையும் புத்த மதத்தோடு வைத்துப் பொருத்தி விளக்கமளித்தார். பெரியார் இவை அனைத்தையும் மூடநம்பிக்கை என்று மட்டையடியாக மறுதலித்தவர். (அது மட்டையடி என்றாலும் என் தனிப்பட்ட கருத்தில் நான் பெரியாரோடுதான் நிற்கிறேன்.) அதனால் பெரியார் அயோத்திதாசரை ஏற்றிருக்க வேண்டும் என்றோ பரப்பியிருக்க வேண்டும் என்றோ நினைப்பதே முட்டாள்தனம். (அதில் பெரியார் மீதான மெல்லிய காழ்ப்பு தென்படுகிறது.)

உதாரணமாக காந்தி, போஸ் இருவரின் நோக்கம் தேச விடுதலைதான் என்றாலும் மஹாத்மாவின் வழி அஹிம்சை; நேதாஜியின் வழி வன்முறை. ஆக, இருவருக்கும் பரஸ்பரம் மரியாதை இருந்தாலும் ஒருவரது கொள்கையை மற்றவர் விதந்தோதியிருக்க முடியாது. அவர்களாவது சமகாலத்தில் வாழ்ந்த பரஸ்பரம் அறிமுகமான மனிதர்கள். அயோத்திதாசரும் பெரியாரும் வெவ்வேறு காலகட்டத்தைச் சேர்ந்தவர்கள், நேரடித் தொடர்பற்றவர்கள். இதில் எப்படி பெரியார் அயோத்திதாசரைக் கொண்டாட வேண்டும் என எதிர்பார்க்க முடியும்? ஆக, தனக்கான பல முன்னோடிகளுள் ஒருவர் என்ற அளவில் மட்டுமே அயோத்திதாசரைப் பெரியார் பார்த்திருக்கவே அதிகபட்ச சாத்தியம் இருந்தது.

தருமராஜ் ஒருமுறை தனிமடலில் இப்படிக் குறிப்பிட்டார்: “பெருமித வரலாற்றையும், பண்பாட்டையும் கொண்டாடுவது ஒரு பக்கம் என்றால், அதன் மறுபக்கம் மிகத் தீவிரமான நவீனத்துவ முன்னெடுப்புகள் தேவை. திராவிட இயக்க வரலாற்றில், நவீனத்துவ உந்துதல்களை பெரியாரின் செயல்பாடுகளும், பெருமித உருவாக்கங்களை திமுகவும் செய்தனர். திமுக இல்லையென்றால், பெரியார் இன்னொரு அயோத்திதாசர் அதேபோல, பெரியார் இல்லையென்றால், திமுக இன்னொரு பாரதிய ஜனதா கட்சி!”

மிகத் துல்லியமான அவதானிப்பு இது. ஆம். திராவிடப் பெருமிதங்களையும், அதனூடே நவீன வளர்ச்சிகளையும், சமூக நல்லிணக்க முன்னெடுப்புகளையும் சேர்த்தே தமிழகம் கண்டிருக்கிறது. அதனால்தான் அயோத்திதாசர் போல் பெரியார் மறக்கப்படவில்லை.

ஒருவர் ஏன் கொண்டாடப்படுகிறார் அல்லது மறக்கப்படுகிறார் என்பது அவரது பங்களிப்புகள் சார்ந்து மட்டும் இல்லை. அதைத் தொடர்ந்து எடுத்துச் செல்லத்தக்க சூழலும், தேவையும் இருக்கிறதா, அப்படி எடுத்துப் போகும் வலுமிக்க அமைப்பு இருக்கிறதா என்பதெல்லாம்தான் அதைத் தீர்மானிக்கிறது. இப்படிச் சிடுக்குகள் நிறைந்த இந்தச் சங்கிலித் தொடரை பொறமை, சுயநலம் என்றெல்லாம் சுருக்கமாக ஒற்றைச் சொற்களில் எளிமைப்படுத்தி விட முடியாது என்பதைத்தான் பெரியார் மீது அயோத்திதாசரை இருட்டடிப்பு செய்ததாகக் குற்றம் சுமத்துபவர்கள் புரிந்துகொள்ள வேண்டும். திமுக ஆட்சிக்கு வரவில்லை என்றால் பெரியார் மறக்கப்பட்டிருப்பார். போலவே காங்கிரஸ் ஆள வரவில்லை என்றால் காந்தி மறக்கப்பட்டிருப்பார்.

போலவே மறக்கப்படும் சித்தாந்தங்கள் தகுதியுடையவை அல்ல என்பதும் பொருள் அல்ல. அவை அந்தக் காலகட்டத்துக்குத் தேவையுடையவை அல்ல என மட்டுமே அதிலிருந்து அறிந்து கொள்ள முடியும். காந்தியம் ஏற்கனவே மறக்கப்பட்டு

விட்டது. கம்யூனிஸம் காலாவதியாகி வருகிறது. நடுநிலைச் சாதிகளின் ஆதிக்கத்தில் திராவிடம் குற்றுயிரும் குலையுயிருமாய் இருக்கிறது. பௌத்தம் பல நூற்றாண்டுகள் இந்தியாவில் மறக்கப்பட்டுதான் இருந்தது. இப்போது மீள்கிறது. நாளை கிறிஸ்துவம் மறக்கப்படலாம்.

அதனால் அவை யாவும் தகுதியுடையவை அல்ல என்றாகி விடுமா என்ன? அவ்வகையில் அயோத்திதாசருக்கு நூற்றாண்டுக்குப் பின் கிடைத்திருக்கும் இந்த மறுபிறவி அவரை அதிர்ஷ்டக்காரரர் என்றே பார்க்க வைக்கிறது. மனிதர்களும் சித்தாந்தங்களும் மறக்கப்படுதல், பிறகு மீண்டும் எலும்புக்கூடுகள் தோண்டியெடுக்கப்பட்டு நினைக்கப்படுதல் என இது ஒரு சக்கரச் சுழற்சிதான். கீழிருப்பது மேலே வந்துதானே ஆகவேண்டும்!

★

பேராசிரியர் டி.தருமராஜ் தனது 'அயோத்திதாசர் பார்ப்பனர் முதல் பறையர் வரை' நூலின் சமர்ப்பணக் குறிப்பை இவ்வாறு எழுதியிருக்கிறார்: "நந்தனைக் கடந்த அயோத்திதாசரையும் அந்த அயோத்திதாசரைக் கடந்த பெரியாரையும் ஒருசேரக் கடந்த இசைஞானி இளையராஜாவிற்கு". இது பல திசைகளின் சர்ச்சை கிளப்பும் வல்லமை பொதிந்திருக்கும் வாசகம்தான் என்றாலும் புத்தகமோ, திரைப்படமோ சமர்ப்பணங்கள் பெரும்பாலும் ஒருவர் பற்றிய உளப் பதிவிலிருந்து, அதிலிருந்து கிளைக்கும் மிகையுணர்ச்சியில் நிகழ்வது. அது சில சமயம் நேரடியாக இருக்கலாம். சில சமயம் பூடகமாக வாசகன் புரிந்துகொள்ள முடியா வண்ணமும் இருக்கலாம்.

ஆனாலும் தருமராஜ், அச்சமர்ப்பணத்தின் மீது எழுந்த விமர்சனங்களைக் கையாளும் முகமாக 'இளையராஜாவை வரைதல்' என்றொரு சிறுநூலை எழுதி வெளியிட்டார். அதாவது அந்த நூலில் இளையராஜாவின் சமூகப் பங்களிப்பை நிறுவ முயல்கிறார்.

தருமராஜ் குறிப்பாய் நூலின் அடிநாதமாய் எழுபதுகளுக்கு முன், அதற்குப் பின் என இரண்டு காலகட்டங்களைப் பிரித்து அப்போது மாறிய வெகுஜன உளவியலை விவரிக்கிறார். சமூகம் என்பது கலைந்து உதிரிகள் முக்கியத்துவம் பெறத் துவங்கிய காலகட்டம். லட்சியங்கள் எல்லாம் மாறி காதலும் பாசமும் (அதுவும் தாய்ப்பாசம்) திரைப்படங்களில் கொண்டாடப்பட்ட அந்த நேரத்தில்தான் இளையராஜா எழுந்து வருகிறார் என்கிறார். இது ஒரு தேர்ந்தெடுத்த பார்வை மட்டுமே என்றே தோன்றுகிறது.

ஏனெனில் அதைத் தாண்டியும் ஏராளச் சுவைகள் தருமராஜ் குறிப்பிட்ட 70கள் முதல் 90கள் வரையிலான காலகட்டங்களில் திரைப் பாடல்களாக வெளிப்பட்டிருக்கின்றன. வீரம், நகைச்சுவை, பக்தி, தத்துவம், கொண்டாட்டம், இயற்கையை ஆரோகணித்தல், தாய் தவிர்த்த உறவுகள் என. ஆனால் அவற்றை எல்லாம் 'துக்கடா' என்ற ஒற்றைச் சொல்லில் கடக்கிறார் தருமராஜ். ஒருபுறம் இளையராஜாவின் ஆளுமையை அவரது அசலைத் தாண்டிய சமூகப் பங்களிப்பு ஆகிருதியாக பிரம்மாண்டமூட்டும் தருமராஜ், மறுபுறம் கலையில் அவரது அசலான பன்முகத் தன்மையைச் சுருக்கி வரைகிறார்.

தருமராஜ் பார்வையில் எழுபதுகளின் பிற்பாடு தொழில்நுட்ப வளர்ச்சியால் இசை ஜனநாயகமயமாக ("காதுள்ள எல்லோரும்"), பாடல்களில் சொற்கள் பொருளிழந்து அல்லது வலுவிழந்து ஒலி பிரதானமாகிறது, மௌனத்துக்கெனத் தனி முக்கியத்துவம் உண்டாகிறது, அதுவரை நாட்டுப்புறப் பாடல்கள் இருந்த முறைக்கு நேர் எதிரானது இது. இப்பின்னணியில் இளையராஜாவின் முக்கியத்துவத்தை நிறுவ முனைகிறார் தருமராஜ். இது ஓரளவு சரியான பார்வைதான். ஆனால் இதனூடாக அந்த இசையில் எந்தவொரு சொல்லைப் போட்டு நிரப்பலாம் என்ற தொனியையும் முன்வைக்கிறார்.

அதை ஏற்பதில் ஒரு நெடுங்கால இளையராஜா ரசிகனாகக் கூட எனக்குச் சிரமங்கள் இருக்கின்றன. இளையராஜாவின்

பாடல்களிலேயே வாலியும், வைரமுத்துவும் மிகச் சிறப்பாய் எழுதிய பாடல்கள் ஏராளம் இருக்கின்றன. அவற்றின் சொற்கள் மிக மிக முக்கியமாக இசைக்குச் சமமாகக்கூட நிற்கின்றன. உடனடியாக நினைவுக்கு வரும் பாடல்கள் 'இது ஒரு பொன்மாலைப் பொழுது' (நிழல்கள்), 'ராசாத்தி உன்னை' (வைதேகி காத்திருந்தாள்). இன்றும் இந்தப் பாடல்களின் வரிகள் இசை தாண்டி சொற்களாகவும் நிற்கின்றன. வரிகளைக் கடந்து இசையாகத் தனித்து நிற்பதில் இளையராஜா தனி ராஜாங்கம் நடத்தினார் என்பதில் எவருக்கும் மறுப்பிருக்க முடியாது என்றாலும், முற்றிலுமாகச் சொற்களற்ற நிலையை அவர் எட்டவிடாமல் செய்த கலைஞர்களும் அவரைச் சுற்றி இருந்தார்கள் என்பதே என் புரிதல். அதே சமயம் அது ராஜாவின் இடத்தை எந்த வகையிலும் குறைக்கவில்லை என்பதும் இங்கே கவனிக்கத்தக்கது.

இதே வாதத்தை இளையராஜாவின் பாடல்களின் காட்சியாக்கம் குறித்த அவரது நிலைப்பாட்டிலும் சொல்வேன். பாலு மகேந்திரா, மணிரத்னம் உள்ளிட்ட எவரும் இளையராஜாவின் இசைக்கு நியாயம் செய்யவில்லை என்ற பார்வை. காட்சிகளின் தரம் என்பது காலப்போக்கில் நமக்கு வெவ்வேறு வித அபிப்பிராயங்களைச் சொல்ல வைப்பவை. (உதாரணமாக 2000ம் ஆண்டு 'அலைபாயுதே' வந்தபோது 'பச்சை நிறமே' பாடல் மிக மிகச் சிறப்பாக எடுக்கப்பட்டிருப்பதாகத் தோன்றியது. அதுவரையிலான ஒட்டுமொத்தத் தமிழ் சினிமாப் பாடல் படமாக்கல் முறைகளையும் தோற்கடித்து மேலெழுந்து நிற்பதாகப் புளகாங்கிதப்பட முடிந்தது. ஆனால், இன்று இருபதாண்டுகள் கழித்து அதைக் காணும் ஒருவர் ரஹ்மானின் சிறப்பான இசைக்கு மணிரத்னம் நியாயம் செய்யவில்லை என்று சொல்லக்கூடும்.) ஆக, இவை ஒருவகையில் ஒளிப்பதிவு என்கிற தொழில்நுட்பத்தோடு தொடர்புடையவை. அதனால் 70களில் எடுக்கப்பட்ட ஒரு படத்தின் பாடல் காட்சி இன்று நமக்கு உயரம் குறைவாகத் தோன்றுவது இயல்பே. இசையை விடக் காட்சிகளுக்கு எளிதில் வயதாகிவிடும் என்பதுதான் காரணம். (இளையராஜாவின் பாடல்களை இத்தலைமுறை

இசை ரசிகர்கள் 'பழையது' என்று சொல்லும் தர்க்கமும் இதே திசையிலானதுதான். இசையை அவர்கள் வெறும் கருவிகளாகக் காண்பதில் நிகழும் அபத்தம் இது. அதேதான் காட்சியாக்கத்துக்கும்.)

அதே சமயம் இளையராஜாவின் பாடல்கள் சம்பந்தப்பட்ட படக் காட்சிகளிலிருந்து வெளியேறி விட்டன என்ற தருமராஜின் பார்வையை ஏற்கத்தான் வேண்டும். ஆம். இன்று இளையராஜாவின் பாடல்களுக்கு எந்த ஊன்றுகோலும் தேவையில்லை. அது ரஜினி படமா, கமல் படமா, மணி ரத்னம் படமா, பாலச்சந்தர் படமா, வைரமுத்து எழுதியதா, வாலி எழுதியதா, எஸ்பிபி பாடியதா, ஜானகி பாடியதா (தருமராஜ் இந்த இளையராஜா நூலில் சொல்லாமல் விட்ட பகுதி திரைப்பாடல்களில் குரல்களின் இடம் பற்றியது) என்ற துணைத் தகவல்கள் அவசியமற்றவை. சொல்லப்போனால் அவை சுமைகளும் கூட.

இந்த மிகைகள் அல்லது கற்பிதங்கள் தாண்டி தமிழ் திரையிசை வழி இளையராஜா நிகழ்த்திய சாகசங்கள் என தருமராஜ் சொல்பவை பெரும்பாலும் ஏற்கத்தக்கதாகவும் உவப்பானதாகவுமே இருக்கின்றன. இதே திசையில் அல்லது இதன் தொடர்ச்சியாக தருமராஜ் சமீபத்தில் 'இளையராஜா, அம்மாவைச் சந்திக்கும் விபரம்!' என்ற தலைப்பில் ஒரு கட்டுரை எழுதினார். அதன் இறுதியில் இப்படிச் சொல்கிறார்: "இளையராஜாவின் மேதமை என்று இதைத்தான் நான் சொல்வேன். இருபதாம், இருபத்தொராம் நூற்றாண்டு தமிழர்களின் வேட்கையை அவரைப்போல இத்தனை நெருக்கமாக அணுகியவர் யாரும் இல்லை. அணுகியதோடு அல்லாமல், அதற்கான தீர்வுகளை சமயச்சார்பற்ற, அறிவியல் முறையிலான நாடோடி உளவியல் சிகிச்சை முறைகளாக வழங்கியவர். தனது சிகிச்சை முறைகளின் நாடோடித்தன்மையைப் பாதுகாக்கும் வகையில் மேடைக்கச்சேரிகளில் அது குறித்த தகவல்களைப் பரவலாக விநியோகிப்பது அவரது முறையியல். எந்தவொரு மதப்பண்டமாகவும் தன்னை உருவேற்றிடாதபடி

அகங்காரியாகவும் கர்வியாகவும் தொடர்ந்து நிரூபிப்பது அவரது நாடோடி அரசியலின் ஒரு பகுதி.”

இளையராஜாவின் சமூக முக்கியத்துவம் பற்றிய தருமராஜின் நியாயப்படுத்தலின் சாராம்சமாக இதைக் கொள்ளலாம். இவையும் நிரூபிக்கப்பட்ட உண்மைகள் அல்ல, ஒரு மனப்பதிவு மட்டுமே என்பதைக் கவனிக்கலாம். இவ்வகையில் பார்த்தால் தருமராஜும் அயோத்திதாசர் கைகொண்ட அதே ‘மிகைப்படுத்தல்’ உத்தியையே பின்பற்றுகிறாரோ எனத் தோன்றாமல் இல்லை. நிறுவப்பட்ட கதையாடல்களுக்கு எதிரான அல்லது அவற்றில் விடுபட்ட பகுதிகளை நிரப்பும் ஒரு ப்ரக்ஞைப் பூர்வ எதிர் கதையாடல்.

தருமராஜ் வைத்த ஓட்டப் பந்தயத்தில் என் கருத்து இது: நந்தனார் என்வரையில் ஒரு புராணப் பாத்திரம் என்பதால் அவரை அயோத்திதாசர் கடந்தார் என்பதை ஏற்பதில் எனக்குத் தயக்கமில்லை. அயோத்திதாசரை பெரியார் கடந்திருப்பதாய்ச் சொல்வதை ஒருவர் ஆராயப் புகலாம். ஏற்கவும் கூடச் செய்யலாம். கடைசியாக இளையராஜா, பெரியாரைக் கடந்தார் என்பதில் மட்டும் மாறுபடுகிறேன். அவர்கள் இருவரும் ஓடிக் கொண்டிருப்பது இருவேறு திசைகள் (கவனிக்க: எதிரெதிர் என்று சொல்லவில்லை; வெவ்வேறு). அதில் எப்படி ஒருவரை மற்றவர் கடக்கவோ முந்தவோ பிந்தவோ முடியும்?

ஆனால், ஏற்கனவே சொல்வதுபோல் இது ஒருவரது தனிப்பட்ட மன பிம்பம்தான். இதைச் சொல்ல தருமராஜுக்கு முழு உரிமையும் உள்ளது என்றே கருதுகிறேன்.

*( ‘அயோத்திதாசரியம்’ கருத்தரங்கு, 2020 )*

# 3.

# 500, 1000, அப்புறம் ஜெயமோகன்

*500*, *1000* ரூபாய் நோட்டுகள் ஒழிப்பு மற்றும் அதன் விளைவுகள், எதிர்பார்ப்புகள் குறித்து ஜெயமோகன் எழுதியுள்ள நெடுங்கட்டுரையில் சொல்லி இருப்பனவற்றில் சில அடிப்படை விஷயங்களிலேயே வேறுபடுவதால் நல்ல உழைப்பும் சிந்தையும் கொண்ட அக்கட்டுரையைக் கடக்க வேண்டியவனாக இருக்கிறேன்.

*1)* ஜெயமோகன் கட்டுரையின் ஆதார நம்பிக்கை கறுப்புப் பணமானது இந்தியாவில் நோட்டுகளாகவே மிகப் பெருமளவில் தேங்கி இருக்கிறது என்பது. அவர் சில தொழிலதிபர்கள் மற்றும் பொருளியல் அறிஞர்களுடன் பேசியதன் அடிப்படையில் இதை முன்வைக்கிறார். புள்ளி விபரத்துடன் இது சரிதான் என அவரும் நிரூபிக்கவில்லை; அது தவறென நாங்களும். ஆனால் பொதுவான தர்க்கத்தின் அடிப்படையில் பெரும்பாலான கள்ளப் பணம் நோட்டுகளாக இருக்க வாய்ப்பில்லை என்பது என் புரிதல். நோட்டுகள் செல்லாது என்ற அறிவிப்பு வந்த சில மணி நேரங்களில், என் இயல்பான மோடி எதிர்ப்பு நிலைப்பாடு தாண்டி தேசாபிமான அடிப்படையில் அதை ஆதரித்து எழுதியபோதும்கூட இதைக் குறிப்பிட்டிருந்தேன்.

என் வாழ்வில் முதல் முறையாய் மோடியைப் பாராட்ட விழைகிறேன். பெரும்பணக்காரன் எவனும் கருப்புப் பணத்தை கரன்ஸியாகவே வைத்திருக்க மாட்டான். அதில் பெரும்பான்மை பினாமி சொத்தாக, தங்க பிஸ்கெட்டாக, ஸ்விஸ் வங்கி இருப்பாக அவதாரம் கொண்டிருக்கும். (இன்றைய இந்தக் கேபினெட் முடிவு கூட ஒருவேளை அவர்களுக்கு முன்கூட்டியே தெரிந்திருக்கலாம்.)

இரண்டு லெட்ஜர்கள் வைத்து வரி ஏய்ப்பு செய்யும் சிறுவியாபாரிகள், லஞ்சம் வாங்கிச் சேர்க்கும் அரசு ஊழியர்கள், இன்னும் முழுசாய் ஊழல் பழகாத சோட்டா அரசியல்வாதிகள் போன்ற இடைநிலைப் பணக்காரர்கள்தாம் சிக்கிக் கொள்வர். ஆனால், இந்தியா போன்ற பரந்த தேசத்தில் அதை வெளுப்பாக்குவது அத்தனை சிரமமாகத் தோன்றவில்லை. ஆனால் இவை எல்லாவற்றையும் தாண்டி இம்முடிவு வருமான வரி கட்டாதவர்களுக்கு ஒரு பதற்றத்தை ஊட்டும். அது வேகத் தடை. அதைத்தான் முக்கியமானதாகக் கருதுகிறேன். இதை ஒரு துவக்கமாகக் கொண்டு பெருமுதலைகளையும் பிடிக்க வழிகள் யோசிக்கலாம். மோடியின் நோக்கம் தேர்தல் ஸ்டன்ட்டாக அல்லாமல் கருப்புப் பணத்தை வெளிக்கொணர்வதாக இருந்தால் நிச்சயம் செய்ய வேண்டும். பார்க்கலாம்.

(இதனால் காமன்மேன் கஷ்டப்படுவான். ஆனால் அதனால் என்ன - அவன் பாடு எப்போதும் கஷ்டம்தானே!)

அக்குறையையும் தாண்டி இந்நடவடிக்கையை ஒரு தொடக்கமாக, ஒரு முக்கிய மாற்றமாக, கள்ளப் பணத்தாருக்கு பதற்றமேற்படுத்தும் ஓர் அடியாக நம்பினேன்.

*2) வங்கியில் 500, 1000 ரூபாய் நோட்டுகள் மாற்றப்படவோ, கணக்கில் போடவோ குவிவதை வைத்து ஜெயமோகன் சொல்வது போல் கருப்புப் பணமெல்லாம் நோட்டுகளாகவே ஒளிந்திருக்கின்றன எனக் கொள்ள முடியாது. அது மிக மிகப் பெரும்பாலும் சாதாரணப் பொதுமக்கள் பணமே. நண்பர்கள், உறவினர்கள், ஊழியர்களைக் கொண்டு கறுப்பை*

வெள்ளையாக்கும் முயற்சி நடப்பது உண்மையே. ஆனால், அது எத்தனை விழுக்காடு என்பதை போதிய விசாரணை இன்றி, ஆதாரங்கள் இன்றி அத்தனை மேலோட்டமான முறையில் வருமான வரித்துறை கூடத் தீர்மானிக்க முடியாது.

*3) 500, 1000* ருபாய் நோட்டு ஒழிக்கப்படப் போவது பெரும் பணக்காரர்களுக்கும் சில பாஜக கட்சிக்காரர்களுக்கும் முன்பே தெரிந்திருந்தது என்ற குற்றச்சாட்டுகள் தொடர்ந்து எழுந்த வண்ணம் உள்ளன *(Adanis, Ambanis already knew about currency ban: BJP MLA caught on camera - The New Indian Express, 17th Nov 2016).* அவர்கள் ஒன்று தாம் வைத்திருந்த *500, 1000* ரூபாய் நோட்டுகளை *100* ரூபாய் நோட்டுகளாக வங்கிகளிலும் வேறு மார்க்கங்களிலும் மாற்றி விட்டனர்; அல்லது சொத்துக்களாக மாற்றி விட்டனர். இதற்குத் தோதாய் கடந்த சில மாதங்களாக ஏடிஎம்களில் பல *100* ரூபாய் நோட்டுகள் வரவில்லை என்கிறார்கள். இது உண்மை எனில் இது கறுப்புப் பணம் பதுக்கி வைத்திருக்கும் சிறுபணக்காரர்கள் மற்றும் பிற கட்சிக்காரர்களுக்கு எதிரான தேர்ந்தெடுக்கப்பட்ட வருமான வரி நடவடிக்கை மட்டுமே. அவர்களும் தண்டிக்கப்பட வேண்டியவர்களே என்பதில் மறுப்பில்லை. ஆனால் இப்படி ஒரு பகுதி குற்றவாளிகளை மட்டும் கட்டம் கட்டுவது எப்படி கறுப்புப் பணத்தை ஒழிக்கும்? இப்போதைக்கு இது ஆதாரமற்ற குற்றச்சாட்டு மட்டுமே என்பதை ஒப்புக்கொள்கிறேன். ஆனால், அரவிந்த் கேஜ்ரிவால் உள்ளிட்டோர் தொடர்ந்து முன்வைக்கின்றனர் என்பதால் உதாசீனம் செய்யத்தக்கதாக இல்லை *(BJP, allies already knew about demonetization The Hindu, 11th Nov 2016).* மேலோட்ட மறுப்பு தவிர இக்குற்றச்சாட்டுகளை அரசும் கண்டுகொள்ளவில்லை என்பதையும் கவனிக்க வேண்டும். பொதுவாக பெரும்பணக்காரர்களுக்கு ஆதரவாகச் செயல்படும் மோடி அரசு இதைச் செய்திருக்க வாய்ப்புண்டு என்பது என் தரப்பு. அப்படி இருப்பின் ஒட்டுமொத்த நடவடிக்கையும் ஓர் அரசியல் நாடகம் மட்டுமே.

4) இந்நடவடிக்கையால் 100 கோடிக்கும் மேலான சாதாரணப் பொதுஜனம் பாதிக்கப்படும் என்பது குறைந்தபட்ச அறிவுள்ள எவரும் புரிந்துகொள்ளக்கூடிய ஒன்றே. அப்படி இருக்கையில் எல்லாமறிந்த அரசு அதற்கேற்ப தன் இயந்திரத்தைத் தயார் செய்திருந்ததா என்பது கேள்விக்குறியே. தகுதி வாய்ந்த பொருளாதார நிபுணர்களின் வழிநடத்தலில் இதைச் செய்திருக்க முடியும் என்பது என் நம்பிக்கை. மென்பொருள் துறையில் *zero downtime deployment* என்பார்கள். பயன்பாட்டில் இருக்கும் ஒரு மென்பொருளில் ஒரு விநாடி கூட எந்தச் செயல்பாடும் பாதிக்கப்படாமல் புதிய மென்பொருளை உள்நுழைப்பது. அப்படிக் கூட இருக்க வேண்டியதில்லை. அதாவது நான் ஒரு துளியும் பொதுமக்களுக்குப் பாதிப்பில்லாமல் இந்த நடவடிக்கை அமைந்திருக்க வேண்டும் என எதிர்பார்க்கவில்லை. அது சாத்தியமும் இல்லை. ஆனால் இப்போதை விட நிச்சயமாய்ச் சிறப்பாய்க் கையாண்டிருக்க முடியும். ஆனால் செய்யவில்லை. நிர்வாகத் திறனற்ற அரசின் கடுமையான கையாலாகாத்தனமே வெளிப்பட்டது என்பதைச் சுட்டிக் காட்டி இருந்தேன்:

திட்டச் செயல்பாட்டில் மீப்பெரும் ஓட்டைகளாவன:

1) புதிய 500 ரூபாய் நோட்டுகள் இன்னும் வெளியிடப்படாதது.

2) ஏடிஎம்கள் புதிய நோட்டுகள் தர ஏற்றாற்போல் மாற்றியமைக்கப்படாதது.

3) போதுமான 100 மற்றும் 50 ரூபாய் நோட்டுகள் அச்சிடப்படாதது. (அல்லது கருப்புப் பணதாரர்கள் விஷயமறிந்து கடந்த வாரங்களில் 500, 1000 நோட்டுகளை மாற்றிக்கொண்டு இவற்றை ஒளித்து வைத்திருக்கலாம்.)

4) வங்கிக் கணக்கு இல்லாதோர், இருந்தும் ஏடிஎம் கார்டுகளுக்குப் பழக்கமற்றோர் சூழலை எப்படிக் கையாள்வது என அரசாங்கம் விளக்கமாகச் சொல்லித் தந்து உதவாதது. இதை அரசு ஊழியர்கள், கட்சிக்காரர் துணையுடன் செய்திருக்க முடியும். ஊடகங்களை

நன்கு பயன்படுத்தி இருக்கலாம். செய்யவே இல்லை. (நிதி அமைச்சக, ஆர்பிஐ அறிக்கைகள் பெரும்பாலான படித்தோருக்குக் கூட முழுக்க விளங்கவில்லை.)

5) தினம் சூழலை ஆய்ந்து எதிர்வரும் பிரச்சினைகளை உடனடியாய்க் கையாள ஆலோசிக்க மத்திய கேபினெட் கூடாமல் மயிரே போச்சென பிரதமர் ஜப்பான் போனது.

சென்ற ஆண்டின் சென்னை வெள்ளத்தின்போதான ஜெயலலிதா அரசின் செயல்பாடுகள் போலவேதான் இருக்கின்றன தற்போதைய சூழலைக் கையாளும் மோடி அரசின் செயல்பாடுகள் எனத் துணிந்து சொல்ல முடியும். முடிவுகளைப் பல முறை மாற்றிக் குழப்பியதில் துக்ளக் தர்பார் என விமர்சகர்கள் கேலி செய்வதை முழுக்கப் புறந்தள்ள முடியவில்லை. இதன் விளைவான பொதுமக்கள் பாதிப்பு மிக அதிகம். அதைச் சுலபமாய்க் கடக்க முடியாது. (செல்லா நோட்டு அறிவிப்பைச் செய்து விட்டு மக்களுக்கு நிறைய அவகாசம் தந்திருக்க வேண்டும் என்றெல்லாம் அர்த்தமின்றிக் கேட்கவில்லை. அது அந்த நடவடிக்கையையே தோற்கடிக்கும் விஷயமாகி விடும் என்பது புரிகிறது.)

5) ஊடகங்கள் சொல்லும் செய்திகளை நம்பி மட்டும் எதிர்க்கவில்லை, நோட்டுகள் பற்றாக்குறையால் நான், நண்பர்கள், உறவினர்கள், சுற்றத்தார், உடன் பணிபுரிவோர் எனப் பலரும் பாதிக்கப்பட்டிருப்பதை நேரடியாகவே அறிவேன். அதனால் சாதாரண மக்கள் இதனால் அவ்வளவு பாதிப்புக்குள்ளாகவில்லை என்ற வாதத்தை ஏற்கவே முடியாது. ஏற்கனவே இதைப் பற்றிப் பேசி இருக்கிறேன்:

கல்யாணம், இழவு, மருத்துவமனை, சுற்றுலா, அட்மிஷன் போன்றவற்றில் சிக்கியவர்கள் தவிர மக்கள் எவரும் இந்த புதுப்பணப் பிரச்சினையால் பாதிக்கப்படவில்லை என்றும் திட்டுபவர்கள் ஒன்று மோடி வெறுப்பாளர்கள் அல்லது கருப்புப் பணம் கொண்டோர் என அராத்து சொல்கிறார்.

மாநகரில் வசிக்கும் நால்வர் கொண்ட நடுத்தர வர்க்கக் குடும்பம் ஒன்றுக்கு ஆன்லைன் ஷாப்பிங் மற்றும் டெபிட், க்ரெடிட் கார்ட் செலவுகள் போக குறைந்தபட்சம் மாதம் ரூ.20,000 கரன்ஸியாகத் தேவை. (இவற்றில் பெரும்பாலான செலவுகளை கார்டுகளிலோ ஆல்லைனிலோ செய்ய இயலாது.) ஆன்லைனோ, கார்டுகளோ பரிச்சயமற்ற மாநகரல்லாத ஊரில் வசிக்கும் நடுத்தர வர்க்கக் குடும்பத்துக்கும் இதேதான் கரன்ஸி தேவை.

செல்லா நோட்டு அறிவிப்புக்குப் பின் மாதத் தேவையான இந்த 20,000 ரூபாயை 100 ரூபாய் நோட்டுகளாகவும் 50 ரூபாய் நோட்டுக்களாகவும் பெறத்தான் ஏடிஎம்களிலும், வங்கிகளிலும் வெயில், மழை, மூட்டு வலி, லாஸ் ஆஃப் பே பாராமல் நெடுவரிசையில் நின்று கொண்டிருக்கிறோம். சமூக வலைதளங்களில் புலம்பிக்கொண்டிருக்கிறோம்.

பால்காரரிடம், பேப்பர்காரரிடம், சிறு உணவகங்களில், மளிகைக் கடையில், காய்கறிக் கடையில், பேக்கரியில், பேருந்துகளில், மெட்ரோ ரயிலில், ஆட்டோக்களில், கோயிலில், சமையல் செய்பவரிடம், சலவைக்காரரிடம், வீடு சுத்தம் செய்பவரிடம், அயர்ன் கடைக்காரரிடம், ஸ்டேஷனரி கடையில், ரிப்பேர் கடைகளில், பெட்டிக் கடைகளில், சஞ்சிகைகள் வாங்க, இன்னும் எத்தனையோ இடங்களில் நோட்டுகள்தாம் தேவை. வேறு வழியே இல்லை. இந்த 20,000 ரூபாய் நோட்டாக இல்லாவிடில் பொதுவாக இந்திய நடுத்தர வர்க்கம் ஸ்தம்பிக்கவே செய்யும். இதில் ஓரளவு மட்டுமே அட்ஜஸ்ட் செய்யலாம்.

இன்னும் ஓரிரு வாரத்துக்கு இதே நிலை தொடர்ந்தால் இச்சூழலை ஓரளவு நல்ல முறையில் திட்டமிட்டு எதிர்கொண்டிருக்கும் என் போன்றவர்களுக்கே சிரமமாகி விடும் என்பதே உண்மை. இதில் அவ்வளவாய்த் திட்டமிடல் இல்லாதவர்கள், மாற்று வழிகள் பற்றி அறிதல், புரிதல் இல்லாதவர்கள் என்னதான் செய்வார்கள்? பூக்கட்டி விற்கும் சிறுவியாபாரிகள் போன்றோர் ஏற்கனவே தொழிலில் சுணக்கம் காண ஆரம்பித்து விட்டார்கள்.

*உண்மையில் இங்கே இப்படிப் புலம்பாதவர்களைத்தான் நாம் முத்திரை குத்த வேண்டி இருக்கும். அவர்கள் ஒன்று கண்மூடித்தனமான மோடி ஆதரவாளர்கள். அல்லது செல்லா நோட்டு விஷயம் முன்பே தெரிந்து 100 ரூபாய் நோட்டுகளைப் போதுமான அளவு பதுக்கிய, கறுப்புப் பணப் பரிச்சயம் கொண்ட பெரும் பணக்காரர்கள்.*

*உச்ச நீதிமன்றம் “ஏன் செல்லாத 500, 1000 ரூபாய் நோட்டுக்கு இணையாய் 100 ரூபாய் நோட்டுகளைப் புழக்கத்தில் விடவில்லை?” எனக் கேட்டதற்கு மத்திய அரசுத் தரப்பு வழக்கறிஞர், “அது சாத்தியமில்லை, ஏனெனில் மொத்தமாய்ப் புழக்கத்தில் இருக்கும் நோட்டுகளில் (மதிப்பின் அடிப்படையில்) 80%க்கும் மேல் 500, 1000 ரூபாய் நோட்டுகளே.” என்கிறார். யாரும் முட்டுக்கொடுக்கவே வேண்டியதில்லை. அரசு தன் வாயாலேயே நாட்டில் பணப் பற்றாக்குறை இருப்பதை ஒப்புக் கொண்டுள்ளது.*

*6) அதே வழக்கில் பொறுப்பு வாய்ந்த உச்ச நீதிமன்றமே இந்த நிலை நீடித்தால் கலவரம் வெடிக்கக்கூடும் என அரசை எச்சரிக்கிறது (People are affected, there may be riots: Supreme Court The Hindu, 18th Nov 2016). அதனால் பொருளாதார அவசரநிலை, நாடு தழுவிய கலவர அபாயம் என்பதெல்லாம் ஏதோ மோடி எதிர்ப்பாளர்களோ, எதிர்க்கட்சிகளோ, ஊடகங்களோ மட்டும் கிளப்பி விடும் வதந்தி அல்ல. நாடு அதை நோக்கிச் சென்று கொண்டிருக்கிறது என்பதே நிலை. பீஹாரில் வங்கி சூறையாடப்பட்டதைக் கண்டோம். பணமிருந்தும் செல்லா நோட்டாக இருந்ததால் சிகிச்சை மறுக்கப்பட்டு இறந்த குழந்தையை அறிவோம். ஓர் அரசின் பொருளாதார முடிவினால் 9 நாட்களில் 55 பேர் இறந்து போவது (Day 9: Demonetisation Death Toll Rises To 55 Huffington Post, 18th Nov 2016) என்பது சாதாரண நிகழ்வில்லை தானே? தான் சம்பாதித்த பணத்தைத் தன் சொந்தத் தேவைக்கு எடுக்க முடியாமல் குடிமக்கள் கையறு நிலையில் உள்ளனர். எல்லாம் மோசமான நிர்வாகத்தின் காரணமாக. இதற்காக*

அரசைக் கேள்வி கேட்கக்கூடாதா? கேட்டால் அரசியல் வெறுப்பு என்று முத்திரை குத்துவதா? இது கருத்துச் சுதந்திரக் கொலை இல்லையா?

7) வெளிநாடுகளில் பதுக்கி இருக்கும் கருப்புப் பணத்தைத் திரும்பக் கொணர்வதாய் தேர்தலின்போது அளித்த வாக்குறுதி என்னாயிற்று எனக் கேட்பதன் அர்த்தம் இங்கே இருக்கும் கருப்புப் பணம் அப்படியே இருக்கட்டும் என்பதல்ல. இயல்பான தர்க்கத்தின் அடிப்படையில் அது மலை, இது மடு என்ற புரிதலே காரணம். இங்கே கருப்புப் பணம் வைத்திருப்பவன் அதைக் கேள்வி கேட்பதைத் தான் தப்பித்துக் கொள்ளக் கேட்கிறான் எனலாம். சாதாரணர்கள் கேட்பதில் என்ன தவறு? அதிலும் உள்நோக்கம் கற்பித்தால் எப்படி? பணக்காரர்களின் நண்பனான வலதுசாரி மோடி அரசு ஒருபோதும் வெளிநாட்டு வங்கிகளில் பதுக்கி இருக்கும் பணத்தை வெளிக் கொண்டு வரும் வேலையைச் செய்யாது. (அல்லது நடவடிக்கைக்கு முன் தன் நண்பர்களுக்குத் தகவல் தந்து போதிய அவகாசம் அளித்து மற்றவர்களை மட்டும் அமுக்கக்கூடும்.)

8) மோடி அரசு பெரும் பணக்காரர்களுக்கு ஆதரவான அரசு என்பதற்கு ஒரு சிறு உதாரணம் பொதுத்துறை வங்கிகளில் ரூ. 85,000 கோடி கடன் வைத்திருக்கும் 87 நபர்களின் பெயர்களை வெளியிடக் கோரி உச்ச நீதிமன்றம் கேட்டபோதும் ரிசர்வ் வங்கி மழுப்பலாய்ப் பதில் சொல்லி இருப்பதுதான் (SC asks RBI: 87 owe Rs 85000 crore, why not make their names public  The Indian Express, 25th Oct 2016). விஜய் மல்லையா உள்ளிட்டோரின் ரூ. 7,000 கோடிக்கும் மேலான கடன் தொகையை வாராக்கடனாக அறிவித்ததும் இந்த ஆட்சியில் தான் (SBI writes off Rs 7,016 crore loans owed by wilful defaulters, including Vijay Mallya's defunct airlines  The Indian Express, 16th Nov 2016). தள்ளுபடி செய்யப்பட்ட கடன் வேறு, வாராக்கடன் வேறு என வக்கணையாக வாதாடுவார்கள்! எப்படி ஜெயமோகன் கலைஞரிடம் கருப்புப் பணம் இருக்கும் என உறுதியாக நம்புகிறாரோ அதனாலேயே அவர்

*இந்நடவடிக்கையை எதிர்க்கிறார் என நினைக்கிறாரோ அதே போல் அம்பானி, அதானி உள்ளிட்ட மோடியின் நண்பர்கள் செல்லா நோட்டு அறிவிப்பை முன்கூட்டியே அறிந்திருந்தனர் என்றும் இதை எதிர்கொள்ள எல்லா நடவடிக்கைகளும் மேற்கொண்டு விட்டனர் என்றும் அதனாலேயே அவர்கள் இதை எதிர்க்கவில்லை என்றும் நான் கருதுகோள் கொள்ள முகாந்திரம் இருக்கிறதுதானே!*

*9) இதில் இன்னொரு விஷயமும் உண்டு. இந்த முடிவை ஆதரிக்கும் மோடி பக்தர்களின் தர்க்கமோ அறமோ அற்ற எரிச்சலூட்டும் வகையிலான முட்டாள்தன அல்லது திமிர்ப் பேச்சுக்கள். அவர்கள் எப்போதும் ஃபாசிஸ்ட்கள் என்பதால் அவர்களிடம் வேறு ஏதும் எதிர்பார்க்க முடியாது என்றாலும் இம்முறை எல்லை மீறித்தான் போனார்கள். நாட்டுக்காக எல்லையில் ராணுவ வீரர்கள் கஷ்டப்படுகையில் நீ ஏடிஎம் வரிசையில் நிற்க முடியாதா? ஜியோ சிம்முக்காக, கபாலி டிக்கெட்டுக்காக வரிசையில் நிற்கையில் வங்கியில் பணம் மாற்ற வரிசையில் நிற்கக்கூடாதா? தினம் யாராவது எதனாலாவது சாகிறார்கள் - நாட்டுக்காகச் சில மரணங்களைப் பொறுத்துப் போவதில் பிழையில்லை, ஏடிஎம்களில் குவியும் கூட்டம் பொதுமக்களே அல்ல; திட்டமிட்டு எதிர்க்கட்சிகள் அனுப்பி வைத்தவை, சமீப நாட்களில் ஏடிஎம்களில் வரிசை குறைந்து விட்டது, அதனால் மக்களின் பணப் பற்றாக்குறை தீர்ந்து விட்டது, வங்கிகளிலும் ஏடிஎம்களிலும் வரிசையில் நிற்போர் எல்லோரும் கறுப்புப் பணம் வைத்திருப்போர், இந்த நடவடிக்கையை எதிர்க்கும் அனைவரும் கறுப்புப் பணம் வைத்திருப்போர், சாதாரணப் பொதுமக்கள் யாரும் இந்த அறிவிப்பால் பாதிக்கப்படவில்லை என்பன அவர்கள் உதிர்த்த கருத்து முத்துக்களில் பிரபலமான சில. இதெல்லாம் அவ்வளவு எளிதில் மறக்கக் கூடியதா?*

*10) மோடியின் திட்டம் என்பதாலேயே 500, 1000 ரூபாய் நோட்டுகளைச் செல்லாததாக ஆக்கியதைக் கண்மூடித்தனமாக எதிர்க்கும் எதிர்க்கட்சிகளும், ஊடகங்களும் உண்டுதான்.*

(அவர் கொண்டு வந்த காரணத்தினாலேயே இதை ஆதரிக்கும் முட்டாள்களும் இருக்கிறார்கள் என்பது போலவே) இதனால் பாதிக்கப்பட்டுள்ள கறுப்புப் பணம் வைத்திருப்போரும் இதை எதிர்க்கிறார்கள் என்பதையும் ஒப்புக்கொள்கிறேன். ஆனால் எதிர்ப்போர் அத்தனை பேரையும் இந்த இரு வகைமைக்குள் அடைப்பது நியாயமே அல்ல. நான் முதலில் இந்த முடிவினை வரவேற்கவே செய்தேன். அதையொட்டி பொதுமக்கள் குறைந்தபட்ச பாதிப்புடன் இதை எதிர்கொள்ளும் முறைகளைப் பற்றி ஆக்கபூர்வமாகவே உரையாட விரும்பினேன். ஆனால், அதன் கடுமையான பாதிப்புகள் அந்த நிலைப்பாட்டில் என்னை நெடுங்காலம் தொடர அனுமதிக்கவில்லை. வேறு வழியின்றி இப்போது எதிர்த்துக் கொண்டிருக்கிறேன். இப்போதும் நான் மட்டையடியாய் இம்முடிவைத் திரும்பப் பெற்றுக் கொள்ள வேண்டும் எனப் பேசவில்லை. முதலில் இதை நேர்மையாகத் தான் செயல்படுத்தி இருக்கிறார்களா என்ற கேள்விக்கு பதில் எதிர்பார்க்கிறேன் (அதாவது முன்பே சிலருக்குத் தெரியும் என்ற குற்றச்சாட்டு தொடர்பானது). அடுத்தது இவ்வளவு ஜனத்திரளை மிகப் பேரளவில் சிரமத்துக்குள்ளாக்கும் வகையில் இத்தனை கேவலமான நிர்வாகத்துடன் இதைச் செயல்படுத்தியது பிழையில்லையா எனக் கேட்கிறேன். அவ்வளவுதான்.

*(நவம்பர் 20, 2016)*

# 4. அசோகமித்திரன் பிராமண வெறியரா?

அசோகமித்திரன் தமிழின் மிகச் சிறந்த நான்கைந்து எழுத்தாளர்களுள் ஒருவர் என்பதில் ஏதும் சந்தேகமில்லை. தமிழ் மின்னிதழின் 3ம் இதழை அவருக்குத்தான் சமர்ப்பித்திருந்தேன். (ஆனால் என் தனிப்பட்ட ரசனையில் சுந்தர ராமசாமியை அவருக்கு மேலாக வைத்திருக்கிறேன்.) அதனால் அவர் பிராமணர் என்பதாலேயே கொண்டாடப்படுகிறார் என்பது அயோக்கியத்தனமான வாதம். ஆனால் அதே சமயம் பிராமணர் என்பதாலேயே அவரைத் தூக்கிப் பிடிக்கும் சாதிய வாசகர்களும் உண்டு என்பதை நாம் ஒப்புக்கொள்ளத்தான் வேண்டும். எப்படி சாதியை வைத்து அவரைத் தூற்றுபவர்கள் அவரை இழிவு செய்கிறார்களோ, அதை விட ஒரு படி அதிகமாகவே இவர்கள் அவரைக் கேவலப்படுத்துகிறார்கள் என்றுதான் சொல்வேன். போயும் போயும் சாதியா அவரது இலக்கிய ஸ்தானத்தைத் தாழ்ச்சி / உயர்ச்சி எனத் தீர்மானிப்பது!

அடுத்த குற்றச்சாட்டு அவர் பிராமணர்களைப் பற்றியே எழுதினார் என்ற சித்தரிப்பது. நான் அவரை முழுக்க வாசித்தவன் அல்லன். ஆனால் வாசித்த வரை அவர் அப்படி எழுதியிருப்பது போல் தோன்றவில்லை. அப்படியே இருந்தாலும் ஒருவர் தீவிர இலக்கியம் மேற்கொள்கையில்

தன் அனுபவத்திலிருந்து எழுதும் வாய்ப்பு அதிகம் என்பதால் அவர் தன்னைச் சுற்றி இருப்பவர்களைப் பற்றி கணிசமான அளவில் எழுத நேர்ந்திருக்கலாம். அதற்கு அர்த்தம் அவர் பிராமணர்களை மட்டுமே எழுதினார் என்பதல்ல. அவர் மனிதர்களையே எழுதினார்; மானுடத்தையே எழுதினார்; வாழ்க்கையைத்தான் எழுதினார்.

ஆனால், அவர் மாபெரும் எழுத்தாளர் என்ற காரணத்தால் அவரது சில தடுமாற்றங்களை நாம் கண்டும் காணாமல் போக வேண்டும் என்பதில்லை. எழுத்தாளனின் எல்லா எழுத்துகளையும் - அவனது பலவீனமான படைப்புகளையும் - அவனை எடை போட எடுத்துக் கொள்ளத்தான் வேண்டும். அவ்வகையில் கடைசி 10 - 12 ஆண்டுகளில் அவர் எழுதியவற்றில் நாம் சிலாகிக்க எவ்வளவு உள்ளது என்பது பரிசீலனைக்குரியதே. குறிப்பாக அவர் இந்தக் காலகட்டத்தில் எழுதிய சில சிறுகதைகளில் அவரது லேபிளைக் கிழித்து விட்டால் பிரசுரம் கண்டிருக்குமா என்பதே சந்தேகம் என்பேன். கல்கியில் அப்படியான ஒரு சிறுகதை வெளியாகி அதற்கு முதற்பரிசும் அளித்தார்கள். சுஜாதாவின் படைப்பூக்கத்தில் கூட கடைசி ஐந்தாண்டுகளில் இப்படியான ஒருவகை வீழ்ச்சி இருப்பதாய் உணர்ந்திருக்கிறேன். அப்படி நிகழ்வது இயல்பானதே.

அசோகமித்திரனின் அப்படியான ஒரு தடுமாற்றமாகவே அவரது *'We Are Like The Jews'* என்ற அவுட்லுக் கட்டுரையைப் பார்க்கிறேன். அந்தத் தலைப்பிலிருந்தே அவரது தடுமாற்றம் தொடங்குகிறது என்பேன். அவரே தன்னை சாதிக்குழுவில் ஒருவராக அடையாளப்படுத்திக் கொள்கிறார். சாதி இந்துவாய்ப் பிறந்த ஓர் எழுத்தாளன் தன்னை சாதியின் அங்கமாக அடையாளப்படுத்திக் கொள்வதை அவனது சமநிலையில் பின்னடைவாகவே பார்க்கிறேன். சுஜாதா தன் இறுதிக் காலத்தில் பிராமணர் சங்க நிகழ்வுகளில் பங்கெடுத்ததும், ஜெயகாந்தன் கடைசியில் ஹர ஹர சங்கர... என்று காஞ்சி சங்கராச்சாரியை ஆதரித்து எழுதிய ஒரு சிறுநாவலையும் அப்படியான ஒரு வயோதிகத் தடுமாற்றம் என்றே எடுத்துக் கொள்கிறேன்.

அடுத்து அக்கட்டுரையின் உள்ளடக்கம். பத்ரி சேஷாத்ரி சில ஆண்டுகள் முன் இதே பொருளில், ஆதங்க தொனியில் ஒரு கட்டுரை எழுதியதை இத்தோடு இணைத்துப் பார்க்கலாம். அதை ஒரு மிகைப்படுத்தலாகவே பார்க்கிறேன். பிராமணர்கள் கேலிக்குள்ளாவதை நான் ஒப்புக்கொள்கிறேன். அதனால் அவர்கள் மன உளைச்சலுக்கு ஆளாவதும் உண்மையே. நேற்றுக் கூட நண்பர் ஒருவர் சில கல்விக்கூடங்களில் பிராமணர்களுக்கு வேண்டுமென்றே கடினமான கேள்விகளை ஆய்வுத் தேர்வுகளில் முன்வைப்பதாக தான் கேள்விப்பட்டதைப் பகிர்ந்து கொண்டார். நிச்சயம் இவை யாவையும் அவர்களுக்கு இழைக்கப்படும் அநீதியே. மற்ற எந்த இனவாதச் செயல்களையும் போல் இதையும் நாம் எதிர்த்துக் களைய வேண்டும். ஆனால் எல்லாவற்றையும் கணக்கில் கொண்டாலும் தமிழகத்தில் பிராமணர்களின் இடம் இரக்கத்துக்குரியது அல்ல.

(இட ஒதுக்கீட்டினால் பிராமணர்கள் பாதிக்கப்படுகிறார்கள் என்ற மொண்ணை வாதத்தை மட்டும் ஒருபோதும் ஏற்பதற்கில்லை. அவர்களின் அங்கலாய்ப்பு என்பதைத் தாண்டி அதில் பொருட்படுத்த ஏதுமில்லை. அவர்கள் தலித்களையோ பிற்படுத்தப்பட்ட சாதியினரையோ மணம் செய்து, அதே இட ஒதுக்கீட்டைத் தமது அடுத்து வரும் தலைமுறைக்குப் பெற்றுத் தர சட்டத்தில் தடையில்லை. ஆனால் அதைவிட சாதித்தூய்மை முக்கியமல்லவா!)

ஆனால் அந்தப் பாதிப்புகளையும் யூதர்கள் சந்தித்த அவலங்களையும் ஒரே தட்டில் வைக்க முடியுமா? அவர்கள் படும் இன்னல்களும் தலித்கள் எதிர்கொள்ளும் வன்கொடுமைகளும் ஒன்றா? எந்த பிராமணர் வாயில் மலத்தைக் கரைத்து ஊற்றி இருக்கிறார்கள்? எங்கே பிராமணன் தொட்டால் தீட்டு? எந்தக் காலத்தில் அவர்களுக்குக் கல்வி மறுக்கப்பட்டது?

இதை நீட்டித்தால் நாளை வந்தேறி மாடு மீம்ஸ் போடுகிறார்கள் என தேவர்களும் கவுண்டர்களும் தாங்கள் யூதர்கள் போல் நடத்தப்படுகிறோம் என்று சொன்னால்

எப்படி நகைச்சுவையாகப் பார்க்கப்படும். அதேபோல்தான் அசோகமித்திரன் கட்டுரையையும் மிகைப்படுத்தலாகப் பார்க்கிறேன். ஆனால் அவரது மானுட அக்கறை அவரது மற்றைய படைப்புகளில் அழுந்த நிரூபிக்கப்பட்டு விட்டதால் இதை ஒரு வயோதிகத் தடுமாற்றம் மட்டுமே என்று கருதிக் கடப்பதில் தயக்கமில்லை. அதனாலேயே இன்றும் அவர் என் பெருமதிப்புக்குரியவர். (ஆனால் ஆச்சரியகரமாய் கடைசிப் பத்தாண்டுகளில் எடுக்கப்பட்ட நேர்காணல்களில் மட்டும் அவரது மனதின் முதிர்ச்சி அத்தனை தீர்க்கமாய் வெளிப்பட்டிருக்கிறது.)

தனிப்பட்ட முறையிலும் அவர் பிராமணர் என்ற காரணத்தால் வஞ்சிக்கப்பட்டதாகத் தோன்றவில்லை. சாஹித்ய அகாதமி கிடைத்திருக்கிறது. (போகன் ஏதோ விருதில் அவர் பிராமணர் என்பதற்காக நிராகரிக்கப்பட்டார் என்று குறிப்பிட்டிருந்தார். எதைச் சொல்கிறார் எனத் தெரியவில்லை.) இலக்கியப் பங்களிப்பு அடிப்படையில் பொதுவாக எல்லா எழுத்தாளர்களுமே அவர் பற்றி நல்லவிதமாகவே எழுதி வந்திருக்கிறார்கள். மற்றபடி அவருக்கான உரிய மரியாதையை இந்த தேசமும் அரசும் அளிக்காமல் போனது பொதுவாக இந்திய / தமிழ்ச் சமூகம் எழுத்தாளர்களை உதாசீனம் செய்யும் தடித்தனம்தானேயன்றி அவர் பிராமணர் என்பதால் அல்ல என்பதே என் புரிதல். (இது தொடர்பாய் ஏதேனும் உட்தகவல்கள் இருந்தால் பகிரலாம்.)

அவருக்கு அஞ்சலிக் குறிப்பு எழுதுகையில் அவரது அத்தனை பிரம்மாண்டத்தையும் குறிப்பிட்டு விட்டு இந்தக் கீறலையும் குறிப்பிடுவதில் தவறில்லை. மரணமே ஒருவரைப் புனிதர் ஆக்கி விடாது. வாசகர்கள் அவரது பலம், பலவீனத்தை சீர்தூக்கிப் பார்க்க மரணம் ஒரு சந்தர்ப்பம். சிலர் மரணத்தின் போது ஏன் எதிர்மறைக் கருத்தைப் பேச வேண்டும் என்று நினைத்து, நல்ல விஷயங்களை மட்டும் பேசுவதில் நியாயமுண்டுதான். ஆனால், அத்தருணத்தில் அவரது பலவீனங்களை மட்டும் எடுத்துப் பேசி அவற்றையே அவரது அடையாளமாக்க முனைவது பிழைச்செயல். அவ்வகையில் ஆதவன் தீட்சண்யா

அந்தக் கட்டுரை மற்றும் அது சார்ந்த அசோகமித்திரனின் நிலைப்பாடுகளையுமே அவரது முகமாக்கி அஞ்சலி செலுத்தி இருப்பதை ரசிக்க முடியவில்லை. அதற்கான மறுப்பையும் எதிர்ப்பையும் நாம் பதிவு செய்ய வேண்டும்.

பெரியார் கிழ வயதில் ரெண்டாந்தாரம் கட்டிக் கொண்டார் என்று சொல்லி அவரை அவமதிப்பது போன்றதுதான் இதுவும். இந்துத்துவர்கள் அம்பேத்கரின் சில வரிகளைப் பிடித்துக் கொண்டு அவர் இந்துத்துவர் என்று திரிப்பது போல்தான் இதுவும்.

*(மார்ச் 25, 2017)*

# 5. பெரியாரும் பிஏ கிருஷ்ணனும்

ஒரு படைப்பிலக்கியவாதியாகவும் (புலிநகக்கொன்றை & கலங்கிய நதி) ஒரு வரலாற்றெழுத்தாளராகவும் (தமிழின் ராமச்சந்திர குஹா என்றே அவரை மதிப்பிடுகிறேன்) என் பெருமரியாதைக்குரியவர் பிஏ கிருஷ்ணன். உயிர்மையில் அரசியல் சாசனத்தை முன்வைத்து நான் எழுதிவரும் தொடர்கட்டுரைகளுக்கு அவர் எழுத்துகள் முக்கியத் தூண்டுதல். அவ்வகையில் அவர் என் முன்னோடி. எப்படி ஜெயமோகனுடன் பல கருத்துகளில் முரண்பட்டு இருந்தாலும், அவரை குரு ஸ்தானத்தில் வைத்திருக்கிறேனோ ஓர் எல்லை வரை பிஏ கிருஷ்ணனும் அப்படித்தான். ஆனால் பெரியார் விஷயத்தில் மட்டும் அவர் தன் சமநிலை துறந்து (அல்லது இழந்து) தொடர்ந்தும், ஆழமாகவும் (அதுவும் குறிப்பாய்ச் சமீப காலங்களில்) வெறுப்பையே வெவ்வேறு விதமாக, பல்வேறு விஷயங்களைச் சாக்கிட்டு எழுதி வருகிறார் என்பது சங்கடத்துக்குரியதே.

பிஏ கிருஷ்ணனின் த வயர் கட்டுரையை (*Why Do Dravidian Intellectuals Admire a Man as Prickly as Periyar?*) அது வெளியான போதே வாசித்து விட்டேன் என்றாலும், உடனடியாய்

எதிர்வினையாற்ற இயலவில்லை. நெடுங்காலமாகவே இதில் அவர் பற்றி எனக்கிருக்கும் கருத்தை இத்தருணத்தில் பதிவு செய்து விடுதல் அவசியம் என்றே கருதுகிறேன்.

அதற்கு முன் என் அரசியல் நிலைப்பாட்டைச் சொல்லிவிடுதல் இதைப் பெரியாரிய ஆதரவாக மட்டும் (அவர்) சுருக்கிப் புரிந்து கொள்ளாமல் தவிர்க்க உதவும். அரசியலில் என் ஆசான்களாக ஐந்து பேரைக் கருதுகிறேன்: காந்தி, நேரு, அம்பேத்கர், பெரியார் மற்றும் மார்க்ஸ். எந்த அரசியல் பிரச்சினையிலும் என் நிலைப்பாடுகளைப் பெரும்பாலும் இவர்களின் சித்தாந்தங்களை ஒட்டியே அமைத்துக் கொள்கிறேன். என் கருத்துகளுக்கு பிஏ கிருஷ்ணன் பொதுவாய் எதிர்வினை செய்வதில்லை. சிறுவன் அல்லது சிறியன் என்று கருதிக் கடந்திருக்கலாம். அது ஒருவகையில் நியாயமானதும் கூட. ஆனால் அதைத் தாண்டி அவசியம் எனத் தோன்றும் இடங்களில் அவருக்கு எதிர்வினையாற்றியே வருகிறேன்.

பிஏ கிருஷ்ணன் இதற்கு முன்பு எழுதாத எதையும் புதிதாய் இதில் எழுதிவிடவில்லை. தொடர்ந்து அவர் தன் ஃபேஸ்புக் பதிவுகளிலும், சில கட்டுரைகளிலும், உரைகளிலும் சொன்ன விஷயங்களையே வேறு புதிய மேற்கோள்களுடன் ஆங்கிலத்தில் அழுத்தி இருக்கிறார். அவ்வளவுதான். பெரியாரை ஹிட்லருடன் ஒப்பிடுவதும் இங்கே புதிய விஷயம் அல்ல; தமிழக பிராமணர்களை ஜெர்மானிய யூதர்களுடன் ஒப்பிட்ட அசோகமித்திரன் பாணிப் பார்வையின் இன்னொரு கண்ணி தான் இது. ஆனாலும் *"Periyar was a street-fighter, and the things he said in anger are largely unprintable"* போன்ற வரிகளைப் படிக்கும்போது, கோபம் முளைக்கத்தான் செய்கிறது என்பதையும் ஒப்புக்கொள்கிறேன். ஆனால் அப்படியான வரிகளின் நோக்கமே இப்படிக் கோபத்தைக் கிளர்த்துவது தான் எனும்போது அதற்கு ஏன் பலியாக வேண்டும்?

பிஏ கிருஷ்ணன் சுய சாதிப்பற்றில் பெரியார் வெறுப்பைச் செய்வதாக நான் கருதவில்லை. அவர் தான் பிறந்த சாதியை/ சாதியினரை / சாதியத்தைத் தேவையான இடங்களில்

விமர்சிக்கும் நேர்மை கொண்டவர் என்றே நம்புகிறேன். எப்படி நம்புகிறேன் என்பதை அவரது எழுத்துகளிலிருந்து ஆதார மேற்கோள்கள் காட்டுவதை விட, அவரது ஒட்டுமொத்தச் செயல்பாடுகளிலிருந்து கிட்டும் பிம்பத்திலிருந்து கிரகித்துக் கொண்டது என்றே சொல்வேன்.

ஆனால் பெரியார், பார்ப்பனர்களை முன்வைத்துப் பேசிய, எழுதிய பலவற்றினாலும் அவர் ஆழமாகப் புண்பட்டிருக்கிறார் எனத் தெரிகிறது. அது அவரையோ அவர் மதிக்கும் அவர் சாதியினரையோ குறிப்பதாக அவர் எடுத்துக் கொள்கிறார். அதை அவரால் தாங்கிக்கொள்ளவே முடியவில்லை. (காரணம் அவரும் அந்தச் சிலரும் அப்படியானவர்களாய் அல்லாமல் இருக்கலாம்.) புண்ணைத் திரும்பத் திரும்பக் குத்திக்கொள்வதைப் போல மறுபடி மறுபடி பெரியாரை வாசித்து தன் மனக்காயம் ஆறாமல் பார்த்துக் கொள்கிறார். அது ஒரு விதமான சுயவதை எனும் போதைதான்.

ஏற்கனவே சொல்லி இருக்கிறேன். இரண்யனுக்கு - பெருமாள் போல், பிஏ கிருஷ்ணனுக்கு பெரியார். எந்தப் பெரியாரிஸ்டை விடவும் அதிகமாய் பெரியாரைப் பற்றியே சதா சர்வகாலமும் சிந்தித்துக்கொண்டிருக்கிறார் பிஏ கிருஷ்ணன்!

சுமார் ஐந்தாண்டுகள் முன் சென்னையில் ‘சங்கம் 4’ விழாவில் பெரியார் பற்றிய ஓர் உரையில் பிஏ கிருஷ்ணன் இவ்வாறு குறிப்பிட்டார்: "நான் பேசப்போவது பிராமணர்கள் பார்வையில் எனக்குத் தெரிந்த பெரியார். நான் படித்த அளவில் பிராமணர்களால் பார்க்கப்பட்ட பெரியார். நானும் பிராமணன் என மற்றவர்களால் அடையாளம் காணப்படுவதால் என் பார்வையில் பெரியார்." அன்றைய உரையில் மட்டுமல்ல; எப்போதுமே பெரியார் பற்றி இந்தப் பார்வையில்தான் எழுதிக் கொண்டிருக்கிறார். மறுபடியும் இங்கே அழுத்தம் தர விரும்புகிறேன்: அவர் சாதிய உணர்வில் இதைச் செய்யவில்லை. அவர் மனதில் பெரியார் பற்றி அவரது சுற்றத்தால் ஏற்றப்பட்ட ஒரு பிம்பத்துடன்தான் இன்றுவரை போராடி வருகிறார்.

"ஒரு விஷயம் உங்களைக் குறிப்பதாகத் தோன்றினால் அது உங்களுக்குமானதுதான்" என்று நண்பன் செந்தில்நாதன் சொல்லி இருக்கிறான். பெரியார் பார்ப்பனர் என்று சொல்லித் திட்டுவது ஒருவருக்குக் கோபம் தந்தால் அவ்வசை அவருக்குமானதுதான். அப்படிச் சுயமாக வந்து வாங்கிக் கொண்டால் பெரியார் என்ன செய்வார் பாவம்!

பசு.கவுதமனின் பெரியார் தொகுப்பு பற்றிய அறிவிப்பு வந்த போது நிச்சயம் பிஏ கிருஷ்ணன் அதை வாங்கிப் படிப்பார் என உடனடியாய்த் தோன்றியது. அது தவறவில்லை. நான் ஏற்கனவே பலமுறை ஃபேஸ்புக்கில் சொன்னதைப் போல் பெரும்பாலான பெரியாரிஸ்ட்களை விடவும் கிருஷ்ணன் பெரியாரை அதிகம் வாசித்திருப்பார். அது அவரது இயல்பு. எதையும் வாசித்தறிந்து கொண்டு பேசும் பண்பு. ஆனால் பெரியார் விஷயத்தில் அதுவே அவரது சிக்கலாகவும் மாறி விடுகிறது என்பதுதான் துரதிர்ஷ்டமானது. இனிமேல் பெரியாரை அவரால் ஆக்கபூர்வமாக அணுகவே முடியாது என்று தோன்றுகிறது. இன்னும் நூறு கட்டுரைகள், ஆயிரம் மேற்கோள்கள் மூலம் பெரியாரை ஹிட்லர், செங்கிஸ்கான் என்று தான் நிறுவிக்கொண்டே இருப்பார். அதை ஏற்காத எவரையும் அவர் மூடர் என்றே முத்திரை குத்துவார்.

அவர் மேலும் மேலும் பெரியாரை வாசித்து விஷத்தைக் கக்கிக் கொண்டிருப்பதால் பயனே இல்லை என்பது என் தனிப்பட்ட கருத்து. எனக்கு ஜெயலலிதாவைப் பிடிக்காது. ஆனால் அவர் எவ்வளவு மோசமானவர் எனக் கட்டுரைகள் எழுதிக் கொண்டிருக்க மாட்டேன். சதா அவர் குறித்துச் சிந்தித்துக் கொண்டிருக்க மாட்டேன். அவரைப் போய் இத்தனை பேர் நம்பிக் கொண்டாடுகிறார்களே என வயிறெரிய மாட்டேன். மாறாய், அப்படியானவர்களை எல்லாம் மதிக்காமல் கடந்து போவேன். அத்தோடு என் எதிர்வினை முடிந்தது. ஏனெனில் இரக்கமற்ற காலம் பிடிக்காத விஷயத்தைப் பிடித்துத் தொங்கிக் கொண்டிருக்கும் சொகுசை எவருக்கும் வழங்கவில்லை என நம்புகிறேன். ஆனால், அது என் வழி. என் போலவே

எல்லோரும் இருக்க வேண்டும் என்று சொல்வதும் சரியல்ல. அவரவர்க்கு எது விருப்பமோ அதைச் செய்யட்டும்.

பிரேம கிருஷ்ணனை நான் ஒரே முறை சந்தித்திருக்கிறேன். சுமார் பத்தாண்டுகள் முன் சென்னை புத்தகக் காட்சியில்.

அதை முழுக்கச் சந்திப்பு என்று சொல்லி விட முடியாது. காலச்சுவடு அரங்கில் நூல்களைப் பார்த்துக்கொண்டிருந்தேன். 'அக்ரஹாரத்தில் பெரியார்' என்ற அவரது நூல் வெளியாகியிருந்த சமயம். (அந்தத் தலைப்பையே எடுத்துக் கொள்ளுங்கள். எத்தனை மோசமான வன்மம் பெரியார் மீது! 'அக்ரஹாரத்தில் கழுதை' என்ற திரைப்படம் புகழ்பெற்றது - குறைந்தது சிறுபத்திரிகை வட்டாரத்தில். அப்படி இருக்க, வேண்டுமென்றே கழுதையை நீக்கிவிட்டு பெரியாரைப் போடுகிறார். கேட்டால் பிராமணர்களால் பெரியார் எப்படி எதிர்கொள்ளப்பட்டார் என்ற பொருளிலான கட்டுரைக்குப் பொருத்தமான தலைப்பு தானே எனச் சாக்குப்போக்கு சொல்லலாம்தான். ஆனால் பெரியார் மீதான வெறுப்பின் வெளிப்பாடுதான் அது.) அரங்கில் அவர் நின்றுகொண்டிருந்தார். பொதுவாக எழுத்தாளர்களுடன் பேசுவதற்குக் கூச்சப்படுபவன் நான் - இப்போது வரையிலும் அப்படித்தான். அதனால் அன்று அவருடனும் பேச எத்தனிக்கவில்லை. அப்போது அவரது 'புலிநகக்கொன்றை' நாவலைப் படித்திருந்தேன். அதனால் அவரது ரசிகன். காலச்சுவடில் அவரது கட்டுரைகள் சிலவற்றை வாசித்திருந்தேன். அக்கட்டுரைத் தொகுதியில் நான் வாசித்திராத கட்டுரைகள் கணிசமாய் இருந்தால் அதை வாங்கலாம் என்பது என் எண்ணம்.

அதனால் அந்நூலை எடுத்துப் புரட்டினேன். ஓரிரு நிமிடங்களில் என் அருகே வந்த பிரேம கிருஷ்ணன், "இது பெரியார் பத்தின புத்தகம் இல்ல" என்றார். அது தேடுபவனுக்கு உதவ முனையும் நட்பார்ந்த குரல் அல்ல; அவரது தொனியில் நிச்சயமாய் எள்ளல் இருந்தது. பெரியார் என்ற பெயர் இருந்ததால் அவரைப் போற்றிப் புகழ் பாடும் நூலாக இருக்கும் என்ற

முரட்டு ஆர்வத்தில் அதை எடுத்துப் பார்ப்பதாக என் தோற்றத்தைக் கொண்டு அவர் கருதியிருக்க வேண்டும். அவரது நாவலை வாசித்து விட்டு அவர் மீதான பிரேமையால் அவரது அடுத்த நூலை வாங்கும் உத்தேசத்தில் இருப்பவன் என்று கணித்திருக்க வாய்ப்புக் குறைவு. அது ஒரு வாசகனாக என்னைக் காயப்படுத்தியது. ஆனால் வரவழைத்துக் கொண்ட ஒரு புன்னகையுடன் அந்த நூலை அப்படியே வைத்து விட்டு நகர்ந்தேன். பிற்பாடு கடந்த பத்தாண்டுகளில் பலமுறை அந்த நூல் என் கண்களில் பட்டும் அந்த அனுபவம் தந்த சங்கடத்தால் அதை வாங்கும் ஆர்வத்தைத் தவிர்த்து விடுவேன்.

மிகச் சுலபமாய் இதை அவரது பார்ப்பனிய குணம் எனப் பொதுமைப்படுத்திவிட முடியும்தான். ஆனால் நான் அப்படிக் கருதவில்லை. அது அவரது முன்முடிவுகளுடன் அணுகும் தனிப்பட்ட ஆளுமைக் குறைபாடுதான். அந்த ஆதார குணத்தின் சமீப நீட்சியாய்த்தான் தான் பெருத்த வாசிப்புப் பின்புலம் கொண்ட பூகொ சரவணன், சரவண குமார் பெருமாள், பூவண்ணன் கணபதி போன்றவர்களைக் கூட உடனடியாய் பெரியாரிய முழுமூடர்கள் என்ற பட்டியலில் இணைத்து விட முடிகிறது.

நான் இதை பிஏ கிருஷ்ணனின் கட்டுரைக்குப் பதில் சொல்லும் முகமாக எழுதவில்லை. அதற்குரிய ஆழமான வாசிப்பும் போதுமான அவகாசமும் எனக்கில்லை. அவர் ஏன் அக்கட்டுரையை, அதுபோன்ற இன்ன பிற பத்திகளை எழுதுகிறார் என்று மட்டுமே ஆராய முற்பட்டிருக்கிறேன். இதுவரை வந்தவற்றில் பூகொ சரவணனின் எதிர்வினை மட்டுமே ஓரளவு பொருட்படுத்தத்தக்கது. ஆனால், அது உணர்ச்சிவசப்பட்ட எதிர்வினை. கிருஷ்ணன் கட்டுரையின் கருத்துகளை வரிவரியாய் தர்க்கபூர்வமாய் நிராகரிக்கும் நிதானம் அதில் இல்லை. அதைப் பெரியாரியத் தரப்பின் போதாமையாகவே பார்க்கிறேன். ஒரு குற்றச்சாட்டு வைக்கப்பட்டால், அது அவதூறாகவே இருப்பினும், அதைத் தர்க்கபூர்வமாக உடைத்தெறிவதுதான் சரியான

எதிர்கொள்ளல் முறை. எதிராளியின் மற்ற பலவீனங்களைப் பேசிக்கொண்டிருப்பது சரியல்ல. முன்பு இந்துத்துவ அம்பேத்கர் நூல் வந்தபோதும் இதையேதான் சொன்னேன். அதன் ஆசிரியரை, இந்துத்துவர்களை வசைபாடுவதை விட அந்நூலை ஆதாரபூர்வமாக எதிர்த்து எழுத வேண்டும். அது மட்டுமே நிற்கும்.

உதாரணமாய், பெரியார் ஏன் ஹிட்லர் அல்ல என விளக்க வேண்டும்; பெரியார் பார்ப்பனிய எதிர்ப்பையே மேற்கொண்டார் என நிறுவ வேண்டும். பெரியாரின் பங்களிப்பு என்ன? இன்று அவரது இடம் என்ன? என்பதைப் பட்டியலிட வேண்டும்.

எல்லாவற்றையும் விட முக்கியமாய் பெரியாரும் சில இடங்களில் சறுக்கி இருக்க வாய்ப்புண்டு என்பதை உணரும், அதை ஒப்புக் கொள்ளும் புரிந்துணர்வு வேண்டும். அதன்வழி பெரியாரில் எதை மட்டுமே நாம் எடுத்துக் கொள்கிறோம், எதை மறுதலித்துக் கடக்கிறோம் என்ற தெளிவு வேண்டும். அப்போதுதான் ஒருவர், “பெரியார் இப்படிச் சொல்லி இருக்கிறாரே?” எனக் கொக்கி போடும் போது, “எல்லாம் எங்களுக்கும் தெரியும், நீ மூடு!” என்று நம்பிக்கையாகப் பேச முடியும்.

மேலே நான் சொன்ன ஐந்து ஆசான்களுமே என்வரையில் புனித பிம்பங்கள் அல்ல. அவர்களின் பல கருத்துகளோடு நான் முரண்படுகிறேன். அது அப்படி இருப்பதுதான் இயல்பு. ஒருவரே எல்லாவற்றையும் சரியாகச் சிந்தித்து இருந்தால் அவரே நமக்கு முழுமையான ஆசானாகி இருக்க முடியாதா! எதற்கு ஐந்து பேர்? ஆக, ஒருவர் பெரியாரியர் என்பதால் பெரியாரின் அத்தனை கருத்துகளுக்கும் முட்டுக்கொடுத்துக் கொண்டிருக்க வேண்டியதில்லை. (அவரே அதைத்தான் பகுத்தறிவு என்கிறார்.) ஒருவர் நேருவியன் என்பதால் நேருவின் அத்தனை நடவடிக்கைகளுக்கும் ஜால்ரா போட வேண்டும் என்ற அவசியமில்லை. தேவையானதை மட்டும் தேவையான இடங்களில் மட்டும் பொருத்திக்கொள்ளலாம்.

இனியும் பிரகிருஷ்ணனின் நல்ல வாசகனாகத் தொடர்வதில் எனக்கு எந்த மனத்தடையும் இல்லை. அவரது எழுத்தில் எனக்கு உவப்பான விஷயங்கள் கணிசம். அவற்றை ஆரத் தழுவிக் கொள்வேன். ஆனால், பெரியார் பற்றிய அவரது எழுத்துகளை வாசித்து என்னை நானே துன்புறுத்திக் கொள்ள மாட்டேன். அவற்றைப் பொருட்படுத்தவோ எதிர்வினையாற்றவோ ஏதுமில்லை. அதுதான் கிருஷ்ணனுக்குமே நான் செய்யும் நன்மையாக இருக்கும்.

சுஜாதாவின் சலவைக் கணக்கை, குமுதம் இதழ் வெளியிட்டது. ஆனால், அதை வைத்து அவரது எழுத்தாளுமையை அளவிட மாட்டோம் அல்லவா! சுஜாதாவுக்குச் சலவைக் கணக்கு; பிரகிருஷ்ணனுக்கு பெரியார். அவ்வளவுதான்.

*(செப்டெம்பர் 24, 2017)*

# 6. போலி சூழ் உலகு

ஜோ டி க்ரூஸ் உழைக்கும் வர்க்கமான மீனவர்களின் வாழ்வியலைப் பின்புலமாகக் கொண்டுதான் ஆழி சூழ் உலகு நாவலை எழுதி இருக்கிறார் (நான் இன்னும் நாவலைப் படிக்கவில்லை. நூல் மதிப்புரைகளின் வழி இதைச் சொல்கிறேன்). அதை ஒரு பதிப்பகம் ஆங்கிலத்தில் மொழிபெயர்த்து வெளியிட விரும்புகிறது. அந்தப் பதிப்பகமும் மொழிபெயர்ப்பாளரும் அடிப்படையில் இடதுசாரிச் சிந்தனை கொண்டவர்கள்; அல்லது குறைந்தபட்சம் இந்துத்துவம் போன்ற விஷயங்களுக்கு எதிரானவர்கள். அவர்கள் அந்த நாவலின் இலக்கியத் தரத்தை விட, அது முன்வைக்கும் அரசியலுக்குத் தான் முக்கியத்துவம் தந்து அதை ஆங்கிலத்தில் வெளியிட முடிவு செய்திருக்கிறார்கள். இப்போது ஜோ டி க்ரூஸ் முழுக்க முழுக்க வலதுசாரிப் பின்னணி கொண்ட ஒரு கட்சியை நேரடியாய் ஆதரித்து அறிக்கை விட்டிருப்பதால், புத்தக வெளியீடை நிறுத்தி வைத்திருப்பது நிச்சயம் நியாயமானதுதான். இதை அந்தப் பதிப்பகமும் மொழிபெயர்ப்பாளரும் எழுத்தாளரின் எழுத்துக்கும் அரசியல் நிலைப்பாட்டுக்கும் எதிராக முன்வைக்கும் அடையாள எதிர்ப்பாகவே நான் பார்க்கிறேன். என்வரையில் இதில் எந்த துரோகமோ எதேச்சாதிகாரப் போக்கோ தென்படவில்லை.

நான் மோடி எதிர்ப்பாளன் என்பதால் இப்படிச் சொல்லவில்லை. பொதுவாகவே இவ்விஷயத்தில் என் நிலைப்பாடு இதுதான்.

நான் ஒரு பதிப்பகம் வைத்திருக்கிறேன் என்று வைத்துக் கொள்வோம். அதில் பெண்ணிய எழுத்துகளைப் பதிப்பிப்பது வழக்கம். ஓர் ஆண் எழுத்தாளரின் பெண்ணியம் பேசும் படைப்பை நான் வெளியிட ஒப்பந்தம் போடுகிறேன். பிறகு அவர் மனைவியை அடிப்பவர் எனத் தெரிய வருகிறது என்றால், அவர் தன் எழுத்துக்கு முரணாக வாழ்கிறார் என்று அர்த்தம். அதைக் கண்டிக்கும் பொருட்டு நான் அவரைப் பதிப்பிக்க மறுப்பேன். இதே கதைதான் க்ரூஸுக்கும். மொழிபெயர்ப்பாளர் கணிசமான உழைப்பைச் செலவிட்டு புத்தக மொழிபெயர்ப்பு வேலையில் பாதி வேலையை முடித்திருக்கிறார். அப்படி இருந்தும் இப்போது அதைத் தூக்கி எறிய முடிவு செய்திருக்கிறார் எனில் அவர் கொள்கை ரீதியாக க்ரூஸுக்குத் தன் எதிர்ப்பைப் பதிவு செய்கிறார் என்றே எடுத்துக்கொள்ள வேண்டி இருக்கிறது.

இன்னொரு விஷயம் - இது கருத்துரிமைக்கு எதிரான அடக்குமுறை என்பதாகக் கட்டமைப்பது. இது மிக தவறான புரிதலின் விளைவு. அல்லது சுத்தமான திரித்தல் வேலை. நான் ஒருபோதும் கருத்துச் சுதந்திரத்தை எதிர்த்தவன் அல்ல. இனம், டேம் 999 போன்ற விஷ முயற்சிகளைத் தடைசெய்வதைக்கூட எதிர்ப்பவன். ஒரு படைப்பிற்கான எதிர்ப்பை கருத்தாகவோ இன்னொரு படைப்பாகவோதான் முன்வைக்க வேண்டும், தடையாக அல்ல என்று நம்புபவன்.

ஆனால், இங்கு கருத்துரிமையே பாதிப்புறவில்லை. அரசு ஒரு விஷயத்தைத் தடைசெய்தாலோ, பதிப்பகமே படைப்பை வெளியிடாமல் முடக்கி வைத்தாலோதான் அப்படி எடுத்துக் கொள்ள முடியும். ஆனால் இங்கே அப்படி ஏதும் நிகழவில்லை. இது ஒப்பந்த ரத்து மட்டுமே. இப்போது ஜோ டி க்ரூஸ் வேறு பதிப்பகம் / மொழிபெயர்ப்பாளரிடம் போய் புதிதாய் மொழிபெயர்ப்பைத் துவங்க எந்தத் தடையும் இல்லை. அதனால் அவர் பாதிக்கப்பட்டிருக்கிறார் என்பதே கட்டமைக்கப்படும்

பொய்பிம்பம் தான். இருக்கும் நூறு கதவுகளில் ஒரு கதவு மட்டும் அடைத்திருக்கிறது, அவ்வளவுதான். இந்த நிராகரிப்பு ஒருபோதும் தடையாகாது.

ஒப்பந்தத்தை ரத்து செய்தது அரசியல் வேலை என்றால், அதை அடக்குமுறை எனக் கட்டமைப்பதும் அரசியல் வேலைதான்.

இதற்குப் பின்னணியில் அரசியல் கட்சிகளின் அழுத்தம் இருக்கிறது என்று சொல்கிறார்கள். அப்படி இருக்காது என்பதே என் அபிப்பிராயம். இந்தியா முழுக்க சாரு நிவேதிதா, சேத்தன் பகத் உள்ளிட்ட எத்தனையோ பேர் மோடிக்கு ஆதரவாய் எழுதிக்கொண்டிருக்கிறார்கள். அவர்களுக்கு எல்லாம் வராத பிரச்சினை க்ரூஸுக்கு மட்டும் ஏன் வர வேண்டும்? சொல்லப்போனால் சேத்தன் பகத் இவரை விட பல மடங்கு பிரபலம். அவர் பேச்சைக் கேட்கும் இளைஞர்கள் இருக்கிறார்கள். தமிழக அளவில் கூட க்ரூஸை விட சாருவுக்கே வாசகர்கள் அதிகம். அரசியல் அழுத்தம் என்ற தர்க்கத்தின் அடிப்படையில் பார்த்தால் சேத்தன் பகத்துக்கும், சாரு நிவேதிதாவுக்கும்தான் முதலில் வர வேண்டும். ஆனால் அப்படி ஏதும் வந்ததாய்த் தெரியவில்லை. க்ரூஸுக்கு மட்டும் வந்திருக்கிறது. எனில் இது நிலைப்பாட்டு முரண் காரணமாய் எழுந்த தனிப்பட்ட பிரச்சினையே எனத் தோன்றுகிறது. மாறாக, ஒருவேளை அரசியல் அழுத்தங்கள் இருந்தால் கண்டிக்கப்பட வேண்டியதுதான்.

தான் சொல்லும் கருத்து தரக்கூடிய நல்வினைகள் கேடுகள், இரண்டையும் எதிர்கொள்ளும் திராணி வேண்டும் ஓர் எழுத்தாளனுக்கு. உலகம் முழுக்கவே எழுத்துக்காகச் சிறை சென்றவர்கள், நாட்டை விட்டுத் துரத்தப்பட்டவர்கள், உயிரை விட்டவர்கள் பலர் உண்டு. க்ரூஸுக்கு ஒரு பதிப்பகம் வெளியே போ என்று சொன்னது மட்டும்தான் நடந்திருக்கிறது. இதில் ஏதும் ஃபாஸிசமே இல்லை. அணுகும்போதே க்ரூஸுக்குத் தெரியாதா அது ஒரு இடதுசாரி பதிப்பகம் என? புத்தகத்தை வெளியிட மட்டும் இடதுசாரி பதிப்பகம், அரசியலுக்கு

இந்துத்துவமா? க்ரூஸ் தன் நிலைப்பாட்டில் உறுதியாக இருக்கிறார் என்றால், இதற்கு ஒப்பாரி வைக்காமல் இது தன் நிலைப்பாட்டின் இயல்பான பக்கவிளைவு என்பதைப் புரிந்துகொண்டு அடுத்த பதிப்பகம் / மொழிபெயர்ப்பாளரைப் பார்க்க வேண்டும்.

இதைத் தவறென்பவர்கள் என்ன எதிர்பார்க்கிறார்கள்? அவரது எழுத்துக்கெதிராக நிஜ வாழ்வில் அவர் என்ன அரசியல் நிலைப்பாடு எடுத்தாலும், பதிப்பாளருக்கு அதில் சிறிதும் உவப்பில்லை என்றாலும் கண்டுகொள்ளாமல் படைப்பை மட்டும் வெளியிட வேண்டுமென்றா? பதிப்பாளருக்கு / மொழிபெயர்ப்பாளருக்கென்று ஒருபோதும் ஓர் அரசியல் நிலைப்பாடு என்பதே இருக்கக்கூடாது என்கிறார்களா? புத்தக வெளியீடை வெறும் வியாபாரமாக மட்டும்தான் பார்க்க வேண்டும் என்கிறார்களா? அப்படி இருப்பதில் நிச்சயம் தவறில்லை. ஆனால் அப்படித்தான் இருக்க வேண்டும் என்று கட்டாயப்படுத்துவது தவறல்லவா!

யோசித்துப் பார்த்தால் உண்மையில் அதுதானே கருத்துத் திணிப்பு! அதுதானே சுதந்திரப் பறிப்பு! அதுதானே ஃபாசிஸம்!

*(ஏப்ரல் 15, 2014)*

# 7. என் சாதிக்காரருக்கு ஓட்டுப் போடுங்கள்!

ஞாநி என்ற எழுத்தாளரை எனக்கு கடந்த பத்து ஆண்டுகளுக்கும் மேலாகத் தெரியும். அதாவது அவரது எழுத்துகளைத்தான் சொல்கிறேன். என் பதின்மங்களிலிருந்து அவரை வாசிக்கிறேன். அவரது ரசனைசார் நிலைப்பாடுகளிலிருந்து *orthogonal*-ஆக விலகி இருந்தாலும் சமூகம் மற்றும் அரசியல் விஷயங்களில் அவரது கருத்துக்களோடு பெரும்பாலும் ஒத்துப்போகிறவன் (ஜெயமோகன் விஷயத்தில் அப்படியே நேர்எதிர்). அதிகம் பேருடன் அப்படி இருக்க சாத்தியமில்லை என்பதால் எனக்கு முக்கியமாகிறார்.

அவரது கட்டுரைகள் வழியாக மட்டுமே அவர் பழக்கம். ஆனந்த விகடனில் அவர் 'ஓ பக்கங்கள்' எழுதிக்கொண்டிருந்த வரை தொடர்ந்து வாசித்து வந்தேன். என்வரையில் தமிழின் மிக முக்கியமான 100 நூல்களுள் ஒன்று அது. நேரடியாக அவருடன் உரையாட நேர்ந்த சந்தர்ப்பங்கள் குறைவே. அவர் வலைதளம் தொடங்கிய போது, அவரை மனப்பூர்வமாக வரவேற்றிருந்தேன். 49-ஓ என்ற விஷயம் பற்றி அவர் சொல்லித்தான் எனக்குத் தெரியும். பிற்பாடு அதைப் பற்றி ஒரு கட்டுரை எழுதினேன். அவர் 'கோலம்' என்ற திரைப்பட இயக்கத்தைத் தொடங்கிய போது அதை மிக எதிர்பார்த்திருந்தேன். பிறகு அது குறித்துச் சில கேள்விகளை அவருக்கு வைத்திருந்தேன் (ஏனோ அதற்கு

அவர் பதில் அளிக்கவில்லை. எனினும் அவர் மீதிருந்த மரியாதை மாறவில்லை. பிறகு சென்ற ஆண்டு ஒரு ஃபேஸ்புக் பதிவில் எனக்குத் தெரிந்தவர் ஒருவர் இதைக் குறிப்பிட்டுக் கேட்க, மிகப் பொறுப்புடனேயே பதிலளித்திருந்தார்). என் முதல் கவிதைத் தொகுதியான 'பரத்தை கூற்று' வெளியானபோது அவருக்கு அனுப்பி இருந்தேன்.

அவர் ஃபேஸ்புக்கில் எழுதத் தொடங்கியபோது பெண்கள் குடிப்பது பற்றியும் ரஜினிகாந்த் - எஸ்.ராமகிருஷ்ணன் பற்றியும் அவருடன் விவாதங்கள் நிகழ்த்தி இருக்கிறேன். அவருடைய 'ஏன் நான் கலைஞர் கருணாநிதியை எதிர்க்கிறேன்?' என்ற கட்டுரை எனக்குப் பிடித்தமான ஒன்று. 'தீம்தரிகிட' வழியாக அவர் வெளியிட்ட பாரதியின் 'அன்பென்று கொட்டு முரசே!' என்ற கோட்டோவியச் சுவரொட்டி நெடுநாட்கள் என் அறையை அலங்கரித்திருந்தது. சென்னை புத்தகக் காட்சிகளில் பலமுறை அவரை நேரில் பார்த்தும் ஏனோ தயக்கத்தில் அவருடன் பேசாமல் விலகி நடந்திருக்கிறேன். தனிப்பட்டு எனக்குச் சில அரசியல் நிகழ்வுகளில் குழப்பம் ஏற்பட்டபோது தன் ஆணித்தரமான வாதங்களின் வழி என் சிந்தனையைச் செறிவூட்டி தெளிவுபடுத்தி இருக்கிறார். எல்லாவற்றுக்கும் மேலாய் என் முதல் குழந்தைக்கு ஞானி என்று பெயர் சூட்டியதில் ஞாநியின் ஆளுமையின் மீதிருந்த மதிப்பும் ஒரு முக்கியமான காரணம். சமீபத்தில் அவருக்கு உடல் நலம் குன்றியபோது மனம் சஞ்சலம் கொண்டது.

இவை யாவும் அவரைவிட என்னைப் பற்றிச் சொல்வதாகத் தோன்றினாலும், அவருடன் எனக்கு இருக்கும் கருத்துபூர்வ உறவை மீள்பார்வை செய்திட அவசியமாகிறது.

★

அவருடைய கருத்துகளின் வீச்சு விஸ்தாரமானது. பல ஆண்டுகளாகக் குறிப்பிடத்தகுந்த எல்லா அரசியல் நிகழ்வுகளிலும் தன் நிலைப்பாட்டை வலிமையாகப் பதிவு செய்து வருகிறார். அது ஒரு முக்கியமான சமூகப் பங்களிப்பு. சமகாலத்து அரசியல் விமர்சகர்களில் அவரளவுக்கு வெகுஜனத்தைச் சென்றடைந்த

வேறு ஒருவர் இல்லை என்பேன்.

50களில் பிறந்த பிராமணர் என்ற போதிலும் எந்தச் செயலிலும் பார்ப்பனியத்தை வெளிப்படுத்தியவரோ இந்துத்துவத்தை ஆதரித்தவரோ இல்லை. ஆரம்ப காலம் முதல் பிஜேபி உள்ளிட்ட சங் பரிவார் அமைப்புகளை விமர்சித்து வருகிறார் என்ற அடிப்படையில் ஓர் ஒரிஜினல் செக்யூலர் ஆசாமியாக அவர் மீது பெருத்த மரியாதை உண்டு.

தான் ஆன்மசுத்தியுடன் நம்பும் சித்தாந்தங்களின் அடிப்படையில் எந்த விஷயத்திலும் தர்க்கரீதியாக சமரசமின்றி தன் கருத்தைப் பதிவு செய்கிறவர் அவர் என்பதே இத்தனை ஆண்டுகளின் கணிப்பில் ஞாநி மீது எனக்கு இருக்கும் பிரதான அபிப்பிராயம். அதாவது அவர் ஒரு நேர்மையான அறிவுஜீவி எழுத்தாளர் என்பதுதான் என் மனதில் பதிவாகி உள்ள அவர் பற்றிய பிம்பம். அவையடக்கத்தை ஒத்தி வைத்து விட்டுப் பார்த்தால் என்னையும் நான் அவ்வாறானவன் என்றே நம்புகிறேன். இந்தப் பதிவின் தலைப்பில் என் சாதி என்று சொல்லி இருப்பது அந்த அடிப்படையில்தான். அந்த சுயசாதி அபிமானத்தின் காரணமாக மட்டும் அவருக்கு ஆதரவாக உங்களிடம் வாக்கு கோருகிறேன்.

★

ஆலந்தூர் சட்டமன்ற இடைத் தேர்தலில் ஆம் ஆத்மி என்ற எளிய மக்கள் கட்சியின் வேட்பாளராக கடந்த வாரம் ஞாநி அறிவிக்கப்பட்டிருக்கிறார். முதலில் வாழ்த்துகள்.

பாராளுமன்றத் தொகுதி என்ற ஒப்பீட்டளவில் மிகையான இலக்கை முயலாமல் ஓரளவு நம்பத் தகுந்த சட்டமன்றம் என்ற யதார்த்த லட்சியத்தைத் தீர்மானித்திருப்பதற்கே முதலில் பாராட்ட வேண்டும் (அதில் எதிர்மறையும் உண்டு என்பது வேறு விஷயம். ஏனெனில் ஆலந்தூர் தொகுதி மக்கள் தென்சென்னை பாராளுமன்றத் தொகுதிக்கு ஒரு வேட்பாளருக்கும் - ஆம் ஆத்மி இதுவரை அங்கு வேட்பாளரை நிறுத்தவில்லை - ஆலந்தூர் சட்டமன்றத் தொகுதிக்கு ஞாநிக்கும் ஓட்டளிக்க வேண்டுமென்ற முரண்பாடு).

ஆம் ஆத்மி கட்சியின் மீது எனக்குக் குழப்பங்கள் உள்ளன; அவநம்பிக்கைகள் இருக்கின்றன; கேள்விகள் பதிலற்றே நீடிக்கின்றன. இலங்கைத் தமிழர், தமிழக மீனவர், இட ஒதுக்கீடு, அணு உலைகள், பொருளாதார வளர்ச்சி, வெளியுறவு போன்ற பல விஷயங்களில் அதன் துல்லியமான நிலைப்பாடு என்னவெனத் தெரியவில்லை. ஊழல் உள்ளிட்ட நான்கைந்து விஷயங்களையே அது முக்கிய எதிர்ப்பு வஸ்துவாகக் கட்டமைக்கிறது. பெரும்பாலான அதன் மேல்மட்டத் தலைவர்கள் விளம்பரப் பிரியர்களாகவும் அதிர்ச்சி மதிப்பீடுகளை விரும்புபவர்களாகவும் இருக்கிறார்கள். எதிலும் நீண்ட கால விளைவுகளை உத்தேசிக்காமல் உடனடி பலன்களை எதிர்பார்ப்பவர்களாக இருக்கிறார்கள்.

ஒட்டுமொத்தமாய் அவர்களிடம் நிதானத்தை உதாசீனம் செய்த ஒரு பதற்றம் தெரிகிறது. டெல்லியைத் தவிர்த்துப் பார்த்தால் இன்னும் அக்கட்சியில் சாதாரணர்களின் பங்களிப்பு குறைவாகவே இருக்கிறது. அதை ஆதரிக்கும் பொதுமக்களின் மனோபாவம் அதற்கான காரணங்களை மேலோட்டமானதாகவே முன்வைக்கிறது. அதன் மறைமுக கார்பரேட் ஆதரவு நிலைப்பாடுகள் அதிகார பரவலாக்கத்திற்கே எதிரானது. இப்போதைக்கு அக்கட்சி எனக்கு வலதுசாரிக் கட்சியாகவே தென்படுகிறது. இது இன்னுமொரு காங்கிரஸாக, இன்னுமொரு பிஜேபியாக ஆகும் சாத்தியக்கூறுகள் இருக்கின்றன. அதனால் அதை நேரடியாய் ஆதரிப்பதில் எனக்கு சங்கடங்கள் உண்டு.

ஆம் ஆத்மி என்பது ஒரு வருடமே வயதான குழந்தை என்கிற காரணம் இதுபோன்ற தடுமாற்றங்களுக்குச் சொல்லப்பட்டாலும் என் இப்போதைய நிலைப்பாடு இதுதான்.

ஆனாலும் அதை எல்லாம் சற்றே மறந்து விட்டு ஞாநி என்ற தனி மனிதருக்கு என் உளப்பூர்வமான ஆதரவை அளிக்கிறேன். ஆலந்தூர் தொகுதியின் மக்களிடமும் அவருக்கு ஆதரவை அளிக்க வேண்டுகிறேன். மக்களின் நலன் மீது அக்கறை கொண்ட ஒருவர், சுயநலமற்ற நேர்மையான ஒருவர்,

சிந்திக்கக்கூடிய ஒருவர் உங்கள் முன் வாக்கு கேட்டு நிற்கிறார். மற்ற எந்தக் கட்சியின் வேட்பாளரை விடவும் எல்லா அடிப்படைகளிலுமே ஞாநிதான் முன்னுக்கு நிற்பார் எனத் தோன்றுகிறது. அதனாலேயே அவரை ஆதரிக்க வேண்டியது அங்கிருக்கும் ஒவ்வொருவரின் நியாயமான கடமை ஆகிறது. அடுத்த 30 நாட்களின் பிரச்சாரத்தில் இதை அவர்களுக்குப் புரியவைக்க வேண்டும்.

அவர் இதுவரை அளித்துள்ள பேட்டிகளில் நான் கவனித்த ஒரு விஷயம் அவர் தன்னை விட ஆம் ஆத்மி கட்சியையே முன்வைக்கிறார். திமுகவுக்கும் அதிமுகவுக்கும் மாற்றாய் ஆம் ஆத்மி வர வேண்டும் என்ற கோஷத்தையே முன்னெடுப்பார் எனத் தெரிகிறது. மாறாக அங்கே நிற்கும் வேட்பாளர்களை விட தான் எந்த வகையில் தனித்துவமானவன் என்றும்; மற்றவர்களை விட தான் ஜெயித்தால் தொகுதியின் பிரச்சினைகளை எப்படி திறமையாகக் கையாள்வேன் என்றும் மக்கள் மனதில் நிறுவுவதன் வாயிலாகவே அவர் ஓட்டுகளை அறுவடை செய்ய முடியும் என்பதே என் புரிதல். ஆலந்தூரில் வரும் ஏதேனுமொரு லோக்கல் டிவியை பிரச்சாரத்துக்குப் பயன்படுத்தினால் இன்னமும் சிறப்பு.

இப்போதைக்கு தேர்தல் வாக்குறுதிகளாக "சட்டமன்றக் கூட்டத்தொடரை ஒருபோதும் புறக்கணிக்க மாட்டேன். தொகுதி மக்களுக்காகக் கேள்விகளைத் தொடர்ந்து சபையில் முன்வைத்துக்கொண்டே இருப்பேன். ஏற்கனவே உள்ள திட்டங்களை நடைமுறைப்படுத்தவும், தேவையான அவசர திட்டங்களைச் செயல்படுத்தவும் பாடுபடுவேன். எனது தொகுதியில் உள்ள மதுக்கடைகளை நீதிமன்றம் சென்றாவது மூட முயற்சி செய்வேன்..." எனச் சொல்லி இருக்கிறார். இவை எல்லாமே மிக உவப்பானவை.

ஆலந்தூர் சட்டப்பேரவைத் தொகுதியில் போட்டியிடும் திமுக, அதிமுக, தேமுதிக உள்ளிட்ட முக்கிய கட்சிகளின் வேட்பாளர்கள் அனைவரையும் ஒரே மேடையில் சந்திக்கச் செய்து இத்தேர்தலில் அத்தொகுதி வாக்காளர்கள் கவனிக்க

வேண்டிய அரசியல் பிரச்சினைகள் பற்றி ஓர் ஆரோக்கியமான விவாதம் நிகழ்ச்சிக்கு ஏற்பாடு செய்யும்படி லயன்ஸ், ரோட்டரி மற்றும் இதர குடியிருப்போர் நல அமைப்புகளுக்கு வேண்டுகோள் வைத்திருக்கிறார். இதுவும் முக்கியமான நகர்வு. நடக்கிறதோ இல்லையோ இந்த உரையாடலுக்கான அவசியத்தை மக்களுக்கும் சக கட்சிகளுக்கும் நினைவுறுத்தி இருக்கிறார். எதிரணிகளில் திராணியுள்ளவர்கள் இருந்தால் இதை எதிர்கொள்வார்கள்.

அவர் அளித்த பேட்டி ஒன்றில் தொகுதிக்கு என்ன செய்வார் என்பது பற்றிய ஒரு கேள்விக்கு தடுமாற்றங்கள் இருந்தன. இது ஆரம்பம்தான் என்பதால் இருக்கலாம். இனி ஆலந்தூர் பற்றி மேலும் ஆய்வு செய்து விட்டு தொகுதிசார் வாக்குறுதிகளின் பட்டியலோடு வர வேண்டும். அதுதான் தேர்தல் ஆட்டத்தின் முக்கியப் பகுதி. பார்க்கலாம்.

முதல் முறை எனினும் தேர்தலில் ஜெயித்தால் ஞாநியால் ஆலந்தூர் தொகுதிக்கான நலப்பணிகளைத் திறம்பட முன்னெடுக்க முடியும் எனத் திடமாக நம்புகிறேன். தமிழக சட்டமன்றத்தில் அவரது குரல் தனிப்பட்டு ஒலிக்கும். சமூக வலைதளங்களிலேயே முடங்கிவிட்ட கலகக் குரல்கள் அரசாங்கத்திடம் கம்பீரமாய் ஒலிக்க இது ஒரு வாய்ப்பு.

ஆம் ஆத்மி வேட்பாளர்களின் மீது பொதுவாக வைக்கப்படும் வெளிநாட்டு டாலர்களில் புரளும் என்ஜிஓ போன்ற எந்தக் குற்றச்சாட்டையும் ஞாநியின் மீது வைக்க முடியாது. ஞாநி போன்ற கறைபடியாத அறிவுஜீவிகள் நேரடி அரசியலுக்கு வருவதை நாம் அங்கீகரித்து ஆதரவளிக்க வேண்டும். அவர்கள் கணிசமான வாக்குகள் பெற முடிந்தால், ஒருவேளை ஜெயிக்கவும் முடிந்தால், ஜெயித்த பின் தொகுதிக்கு ஆக்கபூர்வமான பணிகள் செய்ய முடிந்தால், பிற வலுவான அரசியல் கட்சிகளுக்கு அது அழுத்தத்தைக் கொடுக்கும். அடுத்த முறை தகுதி வாய்ந்த ஆட்களைத்தான் நிறுத்த வேண்டும் என்ற நிர்ப்பந்தம் ஏற்படும். அந்த மாற்றத்தைத்தான் நான் இதன் வழியே எதிர்பார்க்கிறேன்.

தமிழக அளவிலாவது ஆம் ஆத்மி கட்சியின் கொள்கைகளைச்

சரியான திசையில் திருத்தி சீர்படுத்தவும் ஞாநி, எஸ்பி உதயகுமார் போன்றவர்களின் பங்களிப்பு உதவக்கூடும்.

இன்னொரு முக்கிய விஷயம். அவர் தன் உடல் நலத்தில் மிகுந்த அக்கறையோடு இருக்க வேண்டும். தன்னைக் கவனித்துக் கொள்ள வேண்டும். அதிலும் சமரசம் கூடாது. அரசியலில் ஜெயிப்பது தோற்பது தாண்டி நெடிய ஆயுளோடு பல்லாண்டுகள் அவர் ஓர் எழுத்தாளராக, சமூக அரசியல் விமர்சகராக உற்சாகமாகப் பங்காற்ற வேண்டும்.

★

தேர்தல் நிதி வசூல் குறித்த ஞாநியின் ஃபேஸ்புக் ஸ்டேட்டஸ்:

சட்டமன்றத் தேர்தலில் போட்டியிடுவதென்றாலே 30 நாட்களுக்கு தினசரி சராசரி செலவு ரூ 50 ஆயிரம். இது மிகக் குறைந்தபட்ச செலவாகும். இதே 30 நாட்களில் தேர்தல் ஆணையம் அனுமதித்த உச்சவரம்பின்படி செலவிட்டால், தினசரி சுமார் 83 ஆயிரம் வரை செலவிடலாம். நடைமுறையில் பெரும் கட்சிகள் எல்லாம் தினசரி பத்து லட்சம் ரூபாய்க்கு மேல்தான் செலவிடுகின்றன. எளிய மக்கள் கட்சியான ஆம் ஆத்மி கட்சியின் ஆலந்தூர் சட்டமன்றத் தொகுதி வேட்பாளராகிய நான் தினசரி 50 ஆயிரம் செலவுக்குப் பணம் திரட்டவே மக்களிடம் உதவி கோருகிறேன். ஆயிரம் பேர் ஆளுக்கு ஆயிரம் ரூபாய் வீதம் கொடுத்து உதவி, அதிலிருந்தே தேர்தல் செலவுகளைச் செய்யவேண்டும் என்பதே கட்சியின் கொள்கை. குறைந்தபட்சம் பத்து லட்சம் ரூபாய் மக்களிடம் திரட்ட விரும்புகிறேன். என் நண்பர்களிடம் சொந்தக் கடனாக இன்னொரு ஐந்து லட்சம் ரூபாய்களைத் திரட்ட முயற்சித்து வருகிறேன்.

எதிலும் பகிரங்கத்தன்மை, நேர்மை என்பவையே என் கோட்பாடுகள். ஆம் ஆத்மி கட்சியின் கோட்பாடுகள். இதில் இணைந்து தேர்தலில் போட்டியிடும் என் சக வேட்பாளர்களின் கோட்பாடுகள். தேர்தலில் இறுதி வெற்றி மட்டுமல்ல, அதற்கான வழிமுறைகளும் முக்கியமானவை என்று நான், நாங்கள்

நம்புகிறோம்.

★

ஞாநி என்கிற சக பயணிக்கு நேரடியாய் களத்தில் தோள் கொடுத்து மக்களிடையே பிரச்சாரம் செய்ய வேண்டும் என்பதே என் ஆசை. ஆனால் ஆம் ஆத்மி என்கிற லேபிளும் என் தனி வாழ்வின் அழுத்தங்களும் குறுக்கே நிற்கின்றன. நான் இதுவரை எந்த அமைப்புகளோடும் என்னை அடையாளப்படுத்திக் கொண்டவன் இல்லை. அது என் கருத்துச் சுதந்திரத்தைப் பறிக்கும் என்றே நினைக்கிறேன். அதனால் ஆலந்தூர் போய் என் கொள்கைப்படி ஆம் ஆத்மியை ஆதரிக்கவில்லை, ஆனால் ஞாநியை ஆதரிக்கிறேன் என்று நான் பேசிக்கொண்டிருந்தால் கேலிச்சித்திரமாகிவிடும். பரஸ்பரம் மனச் சிராய்ப்புகள் வரக்கூடும். ஓர் எழுத்தாளனான நான் அங்கே பேச்சாளனாய் இருக்கலாம் என்பது தாண்டி வேறு என்ன உருப்படியாய்ப் பங்காற்றி விட முடியும் என்பதிலும் கேள்விகள் உண்டு. தவிர, கதர் குல்லா போட்டால் என் முகத்துக்கு அத்தனை நன்றாகவும் இராது.

ஞாநி என்கிற நேர்மையான சிந்தனையாளர் ஜெயிக்க வேண்டும். நிச்சயம் ஜெயிப்பார். உண்மையில் இது ஆலந்தூர் தொகுதி மக்களுக்கு வைக்கப்படும் தேர்வுதான்!

*(மார்ச் 29, 2014)*

# 8. ஞாநி: அஞ்சலி

எழுத்தாளர், பத்திரிகையாளர், அரசியல் விமர்சகர் ஞாநி இன்று அதிகாலை மரணமுற்றார். மதிப்பிற்குரியோருக்கு நேரில் சென்று இறுதி அஞ்சலி செலுத்த முடியாத தொலைவில் தான் லௌகீக வாழ்வழுத்தங்கள் என்னை வைத்திருக்கின்றன.

சரியாய் மூன்றாண்டுகள் முன் இதே நாளில்தான் - அது ஒரு தைப் பொங்கல் தினம் - பத்திரிகையாளர் ஞாநி முதல் இதழை வெளியிட்டு 'தமிழ்' மின்னிதழைத் துவக்கி வைத்தார். அப்போது அது குறித்து "என் மகனை விட ஒரு மாதம் மட்டுமே மூத்தவரான சரவணகார்த்திகேயன் தமிழ் எழுத்துலகில் துடிப்போடும் செறிவாகவும் இயங்கிவருவது எனக்கு மகிழ்ச்சி தருகிறது. அவரை ஆசிரியராகக் கொண்டிருக்கும் தமிழ் இதழ், மாறுபட்ட கருத்துகளை ஆழமாகவும் நாகரிகமாகவும் விவாதிக்கும் களமாகவும், வெவ்வேறு ரசனைகளை மதிக்கும் படைப்புகளுக்கான இடமாகவும் அதே சமயம் தன் வாசகர் யார் என்ற புரிதலோடு அவர்களை நோக்கி இயங்குவதாகவும் செயல்பட்டு வெற்றி காண வாழ்த்துகிறேன்!" என்று சொல்லி இருந்தார். பேரன்புடன் எழுதப்பட்ட வரிகளாக அவை என்னை நெகிழ்த்தின.

ஞாநி என் அரசியல் எழுத்துகளுக்கு ஆசான். லட்சக்கணக்கானோருக்குப் போல் ஆனந்த விகடன் மற்றும் குமுதத்தில் வெளியான 'ஓ பக்கங்கள்' தொடரில்தான் அவர் எனக்கு அறிமுகம். குறைந்தது பதினைந்து வருடங்களாக அவரது வாசகன் நான். சமநிலை குலையாத, அதே சமயம் கறாரான அரசியல் விமர்சனங்கள் எழுதுவது தமிழ்ச் சூழலில் அரிது. ஞாநி சமரசங்கள் ஏதுமின்றி அதைத் தொடர்ச்சியாய்ச் செய்த சாதனைக்காரர். நான் எழுத வந்த ஆரம்ப ஆண்டுகளில் பல அரசியல் மற்றும் சமூக நிகழ்வுகளில் என் நிலைப்பாடுகளை உருவாக்கிக் கொள்ள. அவர் எழுத்துகள் உதவிகரமாய் இருந்தன. உதாரணமாய் இன்று நோட்டா எனப் பரவலாய் அறியப்பட்ட விஷயத்தை இரு தசாப்தம் முன்பே 49-ஓ என்ற பெயரில் தொடர்ந்து வலியுறுத்தி வந்தவர் அவரே. 2009 பாராளுமன்றப் பொதுத் தேர்தலின் போது அது குறித்து நான் அடிக்கடி கேட்கப்படும் கேள்விகள் பதிவு எழுத அவரே தூண்டுதல். 'ஓ பக்கங்கள்' தொகுதிகளை தமிழின் சிறந்த நூறு புத்தகங்களுள் ஒன்றாகப் பத்தாண்டுகள் முன் குறிப்பிட்டிருந்தேன். தவிப்பு முதலான அவரது புனைவுகளை வாசித்ததில்லை. அய்யா முதலான அவர் அரங்கேற்றிய மேடை நாடகங்களையும் கண்டதில்லை. அறிந்தும் அறியாமலும் போன்ற பிற முயற்சிகளையும் படித்ததில்லை. அதனால் கலாபூர்வமாய் என்னால் அவரை மதிப்பிட முடியாது. ஆனால் சில தடுமாற்றங்கள் தாண்டியும் ஓர் அரசியல் விமர்சகராய் அவரது இடம் தமிழகத்தில் அசைக்க முடியாதது.

அவருடைய கருத்துகளின் வீச்சு விஸ்தாரமானது. பல ஆண்டுகளாகக் குறிப்பிடத்தகுந்த எல்லா அரசியல் நிகழ்வுகளிலும் தன் நிலைப்பாட்டை வலிமையாகப் பதிவு செய்து வருகிறார். அது ஒரு முக்கியமான சமூகப் பங்களிப்பு. சமகாலத்து அரசியல் விமர்சகர்களில் அவரளவுக்கு வெகுஜனத்தைச் சென்றடைந்த வேறு ஒருவர் இல்லை என்பேன். ஐம்பதுகளில் பிறந்த பிராமணர் என்ற போதிலும், எந்தச் செயலிலும் பார்ப்பனியத்தை வெளிப்படுத்தியவரோ இந்துத்துவத்தை ஆதரித்தவரோ இல்லை. ஆரம்ப காலம் முதல்

பிஜேபி உள்ளிட்ட சங் பரிவார் அமைப்புகளை விமர்சித்து வருகிறார் என்ற அடிப்படையில் ஓர் ஒரிஜினல் செக்யூலர் ஆசாமியாக அவர் மீது பெருத்த மரியாதை உண்டு. அவரது நிலைப்பாடுகளில் பிசகுகள் இருக்கலாம். ஆனால் ஒருபோதும் அவர் தன் நேர்மையைக் கைவிட்டதில்லை. ஆன்மசுத்தியுடன் தான் நம்பும் சித்தாந்தங்களின் அடிப்படையில் எந்த விஷயத்திலும் தர்க்கரீதியாக சமரசமின்றி தன் கருத்தைப் பதிவு செய்தவர்.

அவருடைய 'ஏன் நான் கலைஞர் கருணாநிதியை எதிர்க்கிறேன்?' என்ற கட்டுரை எனக்குப் பிடித்தமான ஒன்று. 'தீம்தரிகிட' வழியாக அவர் வெளியிட்ட பாரதியின் 'அன்பென்று கொட்டு முரசே!' என்ற கோட்டோவியச் சுவரொட்டி நெடுநாட்கள் என் அறையை அலங்கரித்திருந்தது. சென்னை புத்தகக் காட்சிகளில் பலமுறை அவரை நேரில் பார்த்தும் என் தயக்க சுபாவத்தினால் அவருடன் பேசாமல் விலகி நடந்திருக்கிறேன். அவரது ரசனை சார் நிலைப்பாடுகளிலிருந்து *orthogonal*-ஆக விலகி இருந்தாலும் என் முதல் கவிதைத் தொகுதியான 'பரத்தை கூற்று' வெளியான போது அவருக்கு அனுப்பி இருந்தேன்.

அரசியலிலுமே கூட நான் அவரோடு முரண்படும் புள்ளிகள் உண்டு தான். ஆனாலும் அவற்றில் ஏன் அவர் எதிர்நிலைப்பாடு எடுத்திருக்கிறார் என்பதை அறிந்துகொள்வது முக்கியமானதாய் இருந்தது. அவ்வகையில் ஒரு கட்டத்தில் அவரை ஓர் இணைப் பயணியாகவே பார்க்க முடிந்தது. "என் பார்வைகளை உங்கள் முன் வைப்பது என் உரிமை. அவற்றை நீங்கள் ஏற்பதும் நிராகரிப்பதும் உங்கள் உரிமை. ஏற்பு குறித்த மகிழ்ச்சி, நிராகரிப்பு பற்றிய வருத்தம் ஆகிய மனநிலைகளை இப்போது நான் கடந்து விட்டேன். பகிர்தல் மட்டுமே என் இன்றைய மனநிலை." என்று பத்தாண்டுகள் முன் தன் இணையதளத்தைத் தொடங்கியபோது சொல்லி இருந்தார். இப்போதும் அத்தகைய மனநிலையை அடைவதே என் இலக்காக இருக்கிறது. அப்படியான ஒரு பத்திரிகையாளர் கையால்தான் என் மின்னிதழ் தொடங்கப்பட வேண்டும்

என்பதால்தான் அவரை முதல் இதழை வெளியிட அவரைக் கேட்டுக் கொண்டேன். என் மகனுக்கு ஞானி எனப் பெயர் சூட்ட அவர் மீதான மதிப்பும் முக்கியக் காரணம். ஒரு கட்டத்தில் என் மனதுக்கு அத்தனை நெருக்கமானவராக அவர் ஆகிவிட்டிருந்தார்.

கோலம் திரைப்பட இயக்கத்தை அவர் தொடங்கிய போது பணம் செலுத்தி இணைந்தேன். அது குறித்த சில கேள்விகளை எழுப்பினேன். அவர் அதற்குப் பதிலளிக்கவில்லை. எஸ்ராவின் புத்தக வெளியீட்டு விழாவில் ரஜினியின் படம் அவரை விடப் பெரிதாகப் போட்டது, ஷ்ருதி ஹாசன் தோழிகளுடன் மதுவருந்திக் கொண்டிருக்கும் படம் பற்றியது என அவரோடு நிறையச் சந்தர்ப்பங்களில் நீண்ட விவாதங்கள் நிகழ்த்தி இருக்கிறேன். விவாதங்களின்போது சம்பந்தமற்று திசை திருப்புவதோ, தனி மனிதத் தாக்குதல்களில் ஈடுபடுவதோ அவரிடம் காணவே முடியாது. அது மிக முக்கியமான பாடம்.

சிறுநீரகம் பழுதடைந்து டயலாலிசிஸ் செய்து உயிர் வாழத் தொடங்கியதிலிருந்து அவர் தன் ஆயுள் பற்றித் தொடர்ந்து கவலைப்பட்டுக் கொண்டே இருந்தார் என்பதை அவரது எழுத்துகளிலிருந்து உணர்ந்திருந்தேன். சுற்றி நிகழும் அவர் பழகிய, அவர் வயதொத்தவர்களின் மரணத்திற்கு அவர் எதிர்வினையாற்றியபோதெல்லாம் இது குறித்த பதற்றம் அதிகரித்ததாய்ப் பட்டது. அதைத் தன் அதீத தன்னம்பிக்கை மூலம் எதிர்கொண்டிருந்தார். எவரது பிறந்த நாள் என்றாலும் “மேலும் வளம், மேலும் மகிழ்ச்சி, மேலும் அமைதி, மேலும் படைப்பாற்றல் பெருகிட வாழ்த்துகள்” என்றுதான் வாழ்த்துவார் என்பதை யோசிக்கும்போது அவரது அந்த மனநிலை எனக்கு மிகுந்த வருத்தத்தை அளித்தது.

2014ல் ஆலந்தூர் சட்டமன்றத் தேர்தலில் அவர் நின்றது கூட அதன் பக்கவிளைவாகவே பார்க்கிறேன். அவருக்குத் தான் ஏற்படுத்திய சமூக மாற்றங்கள் குறித்து திருப்தியின்மை இருந்ததாகப்படுகிறது. நேரடியாக, அதிகாரம் கொண்ட மக்கள்

பணியில் ஈடுபட்டாலாவது ஏதாவது செய்ய முடியுமா என இறங்கிப் பார்த்தார் என்றே புரிந்துகொள்கிறேன். தினமலர் பட்டம் இதழில் பங்கேற்கத் துவங்கியதும் அதையொட்டியே எனக் கருதுகிறேன். அதாவது அரசியல் தெளிவற்ற இந்தத் தலைமுறை போய்த் தொலையட்டும், அடுத்த தலைமுறையையேனும் அது விளையும்போதே வலுவான குடிமக்களாக ஆக்க முடியுமா என விழைந்தார். தன் பணிகளின் வெற்றி குறித்த ஆதங்கம் தொடர்ந்து அவருக்கு இருந்தது.

தேர்தல் நிதியளித்தது போக ஆலந்தூரில் அவரை ஆதரித்து விரிவாய் ஒரு கட்டுரை எழுதினேன். 'என் சாதிக்காரருக்கு ஓட்டுப் போடுங்கள்!' என்பது அதன் தலைப்பு! ஜெயித்தால் ஞாநியால் தொகுதிக்கான நலப்பணிகளைத் திறம்பட முன்னெடுக்க முடியும் என நினைத்தேன். சட்டமன்றத்தில் அவரது குரல் தனிப்பட்டு ஒலிக்கும், சமூக வலைதளங்களில் முடங்கி விட்ட கலகக் குரல்கள் அரசாங்கத்திடம் கம்பீரமாய் ஒலிக்க இது ஒரு வாய்ப்பு என்பதாக என் எதிர்பார்ப்பு இருந்தது. அக்கட்டுரையை இப்படி முடித்திருந்தேன்: "அவர் தன் உடல் நலத்தில் மிகுந்த அக்கறையோடு இருக்க வேண்டும். தன்னைக் கவனித்துக் கொள்ள வேண்டும். அதிலும் சமரசம் கூடாது. அரசியலில் ஜெயிப்பது தோற்பது தாண்டி நெடிய ஆயுளோடு பல்லாண்டுகள் அவர் ஓர் எழுத்தாளராக, சமூக அரசியல் விமர்சகராக உற்சாகமாகப் பங்காற்ற வேண்டும்."

எந்தக் கட்சியோடும் அமைப்போடும் என்னை அடையாளப்படுத்திக் கொள்ளக்கூடாது என்ற என் சுயகட்டுப்பாடு தாண்டி ஆலந்தூர் தொகுதி பூத்தில் ஞாநியின் போலிங் ஏஜெண்டாகப் பணி செய்ய விரும்பி அவரைக் கேட்டேன். பூத் ஏஜண்ட்டாக அந்தந்த பூத்தில் வாக்காளர்களாக இருப்போர் மட்டுமே பணிபுரியலாம் என்பது தேர்தல் விதி என்று பதிலளித்தார். நான் பூத் ஏஜெண்ட்களுக்கான தேர்தல் ஆணையத்தின் கையேட்டிலிருந்து மேற்கோள் காட்டி அப்படி அவசியமில்லை என்பதைச் சுட்டினேன். ஏனோ அவருக்கு அதைச் செய்யத் தயக்கங்கள் இருந்தன. பூத்துக்கு வெளியே

200 மீட்டர் தொலைவில் வேட்பாளர்கள் அமைக்கும் உதவி பூத்களில் யாரும் பணியாற்றலாம் என்று சொல்லி அதைச் சிபாரிசு செய்தார். பிறகு ஏதும் சரிவராததால் நான் போகவில்லை. 2016 தேர்தலில் அவர் மக்கள் நலக்கூட்டணியை ஆதரித்ததுதான் அவரது இயல்பான நிலைப்பாடு. ஆனால் அதன் பின்னிருந்த வைகோவின் சதியை அவரும்கூட உணராததுதான் வருத்தம்.

சமீப ஆண்டுகளில் என் மீது அவருக்கு அதிருப்தி இருந்தது. குறிப்பாய்ப் பெண்கள் பற்றிய என் சில நிலைத்தகவல்களைக் கண்டித்திருந்தார். அதன் உச்சமாய் "பட்டாசு என்பது காசைக் கரியாக்குவதெனில் உணவு என்பது பணத்தைப் பீயாக்குவது தானே!" என்ற என் நிலைத்தகவலுக்கு "உணவு பணத்தைப் பீயாக்குவது என்று சிந்திக்க ஒரு பீ மனம்வேண்டும். உணவு தான் உயிர்வாழச் செய்கிறது என்ற அடிப்படை அறிவியல் உண்மையைப் புரிந்துகொள்ளாத மனங்கள் பட்டாசு வெடித்து மகிழ்ச்சியில் பட்டினியில் சாகட்டும்..." எனக் கடுமையாக எதிர்வினையாற்றி இருந்தார். உண்ட உணவு மறுதினம் மலமாய்ப் போவதால் போட்ட காசு வீண் என்று நினைப்பதில் அர்த்தமில்லை. இடையில் உடல் அதிலிருந்து சக்தியை உறிஞ்சிக் கொள்கிறது, சுவையை அனுபவிக்கிறது. அதுமாதிரிதான் பட்டாசுகள் காசைக் கரியாக்கும் விஷயமும். கரியாகும் முன் பட்டாசு புலன்களை - கண், காது, மனம் - மகிழ்விக்கிறது என்பதுதான் நான் உத்தேசித்த பொருள். "பட்டத்திற்கு நன்றி. ஆனால் நான் சொல்வது வேறு. சொல்பவன் மீது அடிப்படையாய் ஒரு நம்பிக்கை இருந்தால் விளக்கமின்றி அவற்றை நீங்களே புரிந்துகொள்ள முடியும். அப்படி இல்லாதவர்களுக்காய் இரு பொழிப்புரைகள் எழுதி உள்ளேன். அப்புறம் புரிதல் அவரவர் விருப்பம் தான்" என்று சொல்லி இருந்தேன். அவரது எதிர்வினை கசப்பூட்டியது என்பது உண்மைதான்.

இரு மாதங்கள் முன் கிண்டிலில் வெளியான 'கமல் ஹாசனின் அரசியல்' என்ற அரசியல் கட்டுரைகளின் தொகுப்பு நூலை

அவருக்கே சமர்ப்பித்திருந்தேன். அது குறித்து அவருக்கும் தெரியப்படுத்தினேன். அப்போது அவர் உடல் நலம் குன்றி சிகிச்சை பெற்று வந்தார். அவர் அதற்குப் பதிலளிக்கவில்லை. அது என் மீதான கோபமா அல்லது நிஜமாகவே கவனிக்கவில்லையா என்றறியேன். இனி ஒருபோதும் அறிந்து கொள்ள முடியாது என்பதுதான் சோகம்.

சிஎஸ்கே என்ற எழுத்தாளனை, கருத்தாளனைத் திட்டவும், நிராகரிக்கவும் வெறுக்கவும் ஞாநி அவர்களால் முடியலாம். ஆனால், சி.சரவணகார்த்திகேயன் என்ற அவரது வாசகனை சீடனை அவரால் மறுதலிக்க முடியாது என நம்புகிறேன்.

எல்லாவற்றுக்கும் நன்றி, அய்யா! உங்கள் பணியைத் தொடர உங்கள் மாணாக்கர்கள் முயல்வோம். சென்று வாருங்கள்.

*(ஜனவரி 15, 2018)*

# 9. சோஃபியா எனும் வனயட்சி

*A voice so thrilling ne'er was heard*
*In spring-time from the Cuckoo-bird,*
*Breaking the silence of the seas*
*Among the farthest Hebrides.*

*- William Wordsworth (The Solitary Reaper)*

இவ்விஷயத்தில் எதிரணி பாஜக என்பதை நீக்கிவிட்டு, நிதானமாக யோசித்தாலுமே கூட சோஃபியா செய்தது தவறு இல்லை என்றே தோன்றுகிறது. இன்னும் சொல்லப்போனால் அது கொண்டாடப்பட வேண்டியது.

எனக்குத் தெரிந்து சோஃபியா என்ற இளம் பெண் விமானத்திலும், விமான நிலையத்திலும் "ஃபாசிஸ பாஜக - ஆர்எஸ்எஸ் அரசு ஒழிக" என்று தமிழிசையைப் பார்த்துக் கோஷம் போட்டிருக்கிறார். மற்றபடி, அவர் மீது உடல் ரீதியான தாக்குதல் ஏதும் தொடுக்கவில்லை. அதற்கான முஸ்தீபுகளிலும் இறங்கவில்லை. அவரை மிரட்டவில்லை. கண்ணியமற்ற சொற்கள் ஏதும் பிரயோகிக்கவில்லை. தான் நம்பும் ஒரு கருத்தை - அதாவது இந்தியாவில் ஃபாசிஸ ஆட்சி

நடக்கிறது என்பதை - அக்கட்சியின் பிரதிநிதி ஒருவரைப் பார்க்கும்போது பொதுவெளியில் பகிர்கிறார். அரசியல் சாசனச் சட்டத்தின் 19(1)(a) பிரிவின் படி இதற்கு அவருக்கு முழு உரிமை உண்டு. *("All citizens shall have the right to freedom of speech and expression").*

ஏன் அப்படி கோஷம் போட்டுச் சொல்ல வேண்டும், காதில் ரகசியமாய்ச் சொல்லி இருக்கலாமே என்று நீங்கள் கேட்பீர்கள் என்றால், அப்படிச் சொல்லி இருந்தால் "மூடிட்டு போடி" என்றுதான் அப்பெண்ணிற்குப் பதில் சொல்லி இருப்பார் தமிழிசை (எந்த அரசியல்வாதியாக இருந்தாலுமே அதைத் தான் செய்வார்). அதனால் யதார்த்த சாத்தியக்கூறாய் தன் எல்லைக்குள் நின்று தன்னால் சாத்தியமான எதிர்ப்பை அந்தப் பெண் செய்திருக்கிறார். இது ஒரு போராட்ட முறை. இது பொதுமக்களுக்கு இடையூறு என ஒருவர் சொன்னால், ரயில் நிலையங்களிலும், விமான நிலையங்களிலும் தலைவர்கள் வரும் போது வாழ்க கோஷம் போடுவதும் அதில்தானே வரும்? அதை ஏன் நாம் கண்டிப்பதில்லை?

இன்னொரு கேள்வி கேட்கிறார்கள். இதுவே ஜெயலலிதா என்றால் இப்படிச் சொல்லும் தைரியம் வந்திருக்குமா? தமிழிசை என்பதாலும் பாஜக என்பதாலும்தானே இந்த இளக்காரம் என்று கேட்கிறார்கள். ஆம், உண்மைதான். ஆனால் இதைச் சொல்ல ஜெயலலிதா தரப்பினர் வெட்கப்பட வேண்டும். எதிர்த்துப் பேசினால் கைது என்பது மட்டும் ஃபாசிஸம் அல்ல; எதிர்த்துப் பேசவே பயப்படுமளவு வைத்திருப்பதும் ஃபாசிஸம்தான். இங்கே எதிராளி யார் என்பதெல்லாம் விஷயமே இல்லை. அந்தக் கோஷமிட அவருக்கு உரிமை இருக்கிறதா என்பதுதான் விஷயம்.

சோஃபியா கிறிஸ்தவர் என்ற கோணத்தைச் சிலர் முன்வைக்கிறார்கள். நான் அதனால்தான் அவர் கோஷமிட்டார் என நினைக்கவில்லை. ஒரு பேச்சுக்கு அப்படி நம்ப விரும்புபவர்கள் வழியிலேயே சென்று அந்த அடிப்படையில்,

அவர்களின் பிரதிநிதியாகத்தான் கோஷமிட்டார் என வைத்துக் கொள்வோம். அதிலும் ஒரு செய்தி இருக்கிறது. இந்த ஆட்சியில் சிறுபான்மையினர் நிம்மதியாக இல்லை என்று சொல்கிறார். அதுவும் பொருட்படுத்தத் தகுந்த எதிர்ப்புதானே? அவர்களும் இந்த நாட்டின் குடிமக்கள்தானே? அவர்களுக்கும் எல்லா உரிமைகளும் உண்டுதானே? தவிர, இப்படிச் சொல்பவர்களின் பிரச்சினை அவர் கோஷமிட்டதா? அல்லது அவர் எந்தத் தரப்பைச் சார்ந்தவர் என்பதா?

இன்னும் சிலர் அவர் இரு பிரிவினருக்கிடையே மோதலை ஏற்படுத்தினார் என்கிறார்கள். வழக்கும் அப்படித்தான் போடப்பட்டுள்ளதாகத் தெரிகிறது. எப்படி? அவர் தன் தரப்புக்கு ஆள் திரட்டினாரா? அவர்களையும் கோஷமிடத் தூண்டினாரா? இந்தக் குற்றச்சாட்டில் அந்த "இரண்டு பிரிவுகள்" என்பது யார்? இந்துக்கள், கிறிஸ்தவர்களா? அவர் ஒரு கட்சியை அல்லது ஆட்சியை எதிர்த்தாரா அல்லது குறிப்பிட்ட மதத்தையா? ஜோடனை என்றாலும் தர்க்கம் வேண்டாமா?

கோஷமிடும் முன்பே ட்வீட் செய்திருக்கிறார் சோஃபியா, அதனால் இது திட்டமிட்டது என்று சொல்கிறார்கள். அடிப்படை அறிவு கொண்டவர்களுக்குக் கூட இது எவ்வளவு பிழையான புரிதல் என்பது தெரியும். திட்டமிட்டுச் செயல்படுபவர் வேலையைச் செய்வதில் முனைப்பாய் இருப்பாரா, அல்லது ட்வீட் போட்டுக் கொண்டிருப்பாரா? ட்வீட் போட்டது, கோஷமிட்டது இரண்டுமே அந்த அரை மணி காலவெளியில் அவர் மனம் கொந்தளித்ததில் செய்த உணர்ச்சிவசப்பட்ட செயல்கள்தாம் என்பதையே இது காட்டுகிறது. தவிர, திட்டமிடுமளவு என்ன பெரிய குற்றம் நடந்து விட்டது?

எழுதப்பட்டுள்ள சட்டப் பிரிவுகள் காட்டி இச்செயல் குற்றம் என நிரூபிக்க முடியலாம். ஆனால் அறம் என்று ஒன்று இருக்கிறது. எவருக்கும் எதிர்மறை பாதிப்பற்ற ஓர்

எதிர்ப்புக்கு அவர் எதிர்காலத்தையே கேள்விக்குறியாக்குமளவு அடிப்பது அயோக்கியத்தனம்தான். தமிழிசையின் இடத்தில் மு.க.ஸ்டாலின் இருந்தாலும் இதையேதான் சொல்வேன்.

தமிழிசை என்ற தனி மனுஷிக்கு ஏற்பட்ட மன உளைச்சலுக்கு என்ன பதில் எனக் கேட்கிறார்கள். தமிழிசை தனி மனுஷி அல்ல; ஒரு கட்சியின் தலைவி. பொது வாழ்க்கையில் இருப்பவர். அப்படி இருப்போருக்கு இம்மாதிரி எதிர்ப்புகள் சகஜம். இதற்குத் தயங்குவோர் பொது வாழ்க்கைக்கே வரக்கூடாது. பெரியாரைப் படித்திருந்தால் இந்த அறிவெல்லாம் இருந்திருக்கும். நோகாமல் நுங்கு தின்ன முடியாது. தவிர, பாஜக மாதிரி ஒரு கட்சியில் இருக்கும்போது இதெல்லாம் நடக்கத்தான் செய்யும். பாஜக ஆட்சியில் இல்லாதபோது ஏதாவது இப்படி நடந்திருக்கிறதா? இல்லை. எனில் மக்களுக்கு அந்த ஆட்சியின் மீதான அதிருப்தி இருப்பதைத்தானே இச்சம்பவங்கள் காட்டுகின்றன? மற்றபடி சோஃபியாவுக்கும் தமிழிசைக்கும் தனிப்பட்ட முறையில் வாய்க்கால் தகராறா என்ன! இம்மாதிரி சம்பவங்களிலிருந்து ஓர் அசலான அரசியல்வாதி கற்றுக்கொள்ளத்தான் பார்ப்பான். தாம் தூம் என்று குதித்து சேம்சைட் கோல் போடுவதுபோல் உளறிக்கொண்டிருக்க மாட்டான். பூனை கண்கள் மூடிக் கொண்டால் பூமி இருண்டிடாது. அப்பெண்ணின் வாயை மூடி விட்டால் கள நிலவரமே மாறிவிடுமா? நான் தமிழிசையின் இடத்தில் இருந்தால் சோஃபியா மீதான வழக்கை வாபஸ் வாங்கி விட்டு, பாஜக எம்மாதிரியான ஒரு கோமாளித்தன நிலையில் தமிழகத்தில் இருக்கிறது என டெல்லி மேலிடத்துக்கு விரிவாய் அறிக்கை அனுப்பித் தெரியப்படுத்துவேன். அது காது கொடுக்கப்படவில்லை எனில் கட்சியை விலகுவேன்.

"அந்தப் பெண்ணின் பின்புலம் மீது சந்தேகம் வருகிறது, அவர் என் உயிருக்கு ஆபத்து உண்டாக்க முயன்றார்" என்று சொல்வது எல்லாம் தூத்துக்குடி துப்பாக்கிச்சூடு பாணி. ஒருவன் உன்னை எதிர்த்தால் அவன் மீது தேசத்துரோகி என முத்திரை குத்து, முடித்தால் தீவிரவாதி என நிரூபி, இறுதியில் வாயில் சுடு என்பதுதான் ஃபாசிஸம். இன்றைய பாஜக அரசு அதைத்தான்

செய்து வருகிறது. மிகத் துல்லியமாக அதைத் தான் எதிர்த்துக் குரல் கொடுத்தார் சோஃபியா. அவரது மீதே ஃபாசிஸத்தை ஏவி அதை நிரூபிக்கிறார்கள். *Ghoul* சீரிஸில் சொல்வது போல் எதை எதிர்த்துக் குரல் கொடுத்தார்களோ அதையே அதற்குப் பதிலாகச் சொல்லி அந்த எதிர்ப்பு சரிதான் என அவர்களே ஒப்புக்கொள்ளும் முட்டாள்தனம்.

மறுபடி அழுத்துகிறேன். தமிழிசை மீது அந்தப் பெண் காட்டிய எதிர்ப்பு என்பது எல்லைக்குள் நிற்பதால் மட்டுமே இதை ஆதரிக்கிறேன். அவர் தமிழிசை மீது தாக்குதல் நடத்தி இருந்தாலோ, ஆபாச மொழிகள் பேசி இருந்தாலோ, செருப்பை எறிந்திருந்தாலோ, மை பூசியிருந்தாலோ நிச்சயம் அதை ஆதரிக்க மாட்டேன். ப.சிதம்பரம் மீது, அரவிந்த் கேஜ்ரிவால் மீது செருப்பு வீசியதை நான் ஆதரிக்கவில்லை. அதெல்லாம் எல்லை மீறல். ஆனால் இது குரல்வளையை நெரிக்கும் வேலை. இன்று காந்தி இருந்து இந்த ஆட்சிக்கு எதிராகக் குரல் கொடுத்திருந்தால் கூட கைது செய்திருப்பார்கள் போலிருக்கிறது.

கைதை ஏன் எதிர்க்க வேண்டும்? இது கருத்துரிமையைக் கொலை செய்யும் வேலை. பாஜகவை எதிர்ப்போரை நோக்கி பகிரங்க எச்சரிக்கை விடுக்கும் செயல். நான் பேசிக்கொண்டிருப்பது இந்துத்துவா ஆட்களுக்கும் சேர்த்துத்தான். நாளை இடதுசாரிகளை, காங்கிரஸை, இஸ்லாமிய தீவிரவாதத்தை எதிர்க்க உங்களுக்கும் குரல் இல்லாமல் செய்வார்கள். அதற்கு இந்த நிகழ்வு உதாரணமாகக் காட்டப்படும். அந்தச் சுரணை கூட இல்லாமல் கைதைக் கொண்டாடிக் கொண்டிருக்கிறீர்கள்.

சோஃபியாவை நாம் ஏன் கொண்டாட வேண்டும்? அவரது துணிச்சல் முக்கியமானது. சோஃபியா இளங்கன்று என்பதால் பயமறியாமல் செய்திருக்கலாம்தான். ஆனால் இன்று எத்தனை இளங்கன்றுகள் பயமின்றி இருக்கின்றன? தினமும் கழுநீரும், வைக்கோலும் கிடைத்தால் போதும் என்றே பெரும்பாலான இந்திய இளங்கன்றுகள் இருக்கின்றன. நான் அவ்விடத்தில் இருந்திருந்தாலும் இங்கிதம் அல்லது விளைவுகள் கருதி வாயை

மூடிக்கொண்டுதான் இருந்திருப்பேன். ஆனால் சோஃபியா எந்த அச்சமுமின்றி தைரியமாய்த் தான் நம்பும் ஒரு கருத்தைப் பொதுவெளியில் வைத்திருக்கிறார். அவர் பெண் என்பதும், சிறுவயது என்பதும் இச்செயலுக்கான மரியாதையைக் கூட்டுகிறது. கனடாவில் உயர்கல்வி பயின்று வருபவர் என்ற பின்புலத்தை வைத்துப் பார்க்கும்போது இந்த அக்கப்போர்களில் எல்லாம் இறங்காமல் பணத்தால் அலங்கரித்த சொகுசு வாழ்க்கை ஒன்றை மட்டும் அவர் கவனித்திருக்கலாம். ஆனால் அவர் அதை மீறி தன் நாட்டைப் பற்றிக் கவலை கொண்டிருக்கிறார். அவர் இன்றைய தலைமுறைக்கு ஓர் உதாரண ஆளுமை. *Youth Icon!*

இந்திய அரசியல் சாசனம் சொல்லும் கருத்துரிமை என்பது ஏட்டுச்சுரைக்காய் அல்ல; ஒவ்வொரு குடிமகனின் யதார்த்த உரிமை என்று உண்மையிலேயே நம்பிக்கை கொண்டிருக்குமானால் நீதிமன்றம் அவரை விடுவிக்க வேண்டும்.

*(செப்டெம்பர் 4, 2018)*

# 10. அம்பேத்கர் யார்?

அம்பேத்கர் யார்? அவரது அடையாளம் என்பது என்ன? முதலில் அவர் இந்திய அரசியல் சாசனத்தின் பிரதானச் சிற்பி. இரண்டாவதாய் அவர் தலித்களின் விடுதலைக்காகச் சிந்தித்தவர், போராடியவர். அதாவது அவரை நவீன இந்தியாவின் பிதாமகர்களுள் ஒருவர் (One of the godfathers of modern India) என்றுதான் பார்க்கிறேன்; தலித் தலைவராக மட்டுமல்ல.

அவரை தலித் தலைவர் என்று அடையாளப்படுத்தும் முயற்சி இரண்டு தரப்புகளில் நடக்கிறது. முதலாவது சாதி இந்துக்கள் ஒரு தலித்தை இந்தியாவின் முக்கியத் தலைவராகச் சொல்வதா என்ற காழ்ப்பில் அவரது பங்களிப்பைச் சுருக்கிக் காட்ட முயற்சிக்கிறார்கள். அடுத்தது தலித்கள் இந்தியா முழுக்கவுமே அவரைத் தங்கள் விடுதலைக்குப் பாடுபட்ட தலைவராக முன்னிருத்துகிறார்கள். (இந்த இரண்டாவதில் ஓர் உரிமை கொண்டாடல் மட்டுமே இருப்பதால் பிழையில்லை.) ஆனால் உணர்ச்சிவயப்படாது நோக்குங்கால் இன்று 120 கோடி இந்தியர்கள் வாழ்வின் தினசரிகளில் அம்பேத்கர் முன்னின்று உருவாக்கிய அரசியல் சாசனம் செல்வாக்கு செலுத்துவதை

வைத்துப் பார்க்கும்போது அவரை நவீன இந்தியாவின் சிற்பி என்ற அடையாளத்துடன் குறிப்பிடுவதே சரி எனப்படுகிறது. அதுவே நியாயம். அதாவது ஒட்டுமொத்த இந்தியாவும் நிலம், சாதி, மதம், இனம், மொழி வித்தியாசமின்றி அவருக்குக் கடன்பட்டிருக்கிறது.

நேற்று மும்பையில் அம்பேத்கரின் சமாதி அமைந்துள்ள சைத்ய பூமிக்குப் போயிருந்தேன். நம்மூர் அண்ணா, எம்ஜிஆர் சமாதிகள் போல் தாதரில் கடற்கரையை ஒட்டி அமைந்துள்ளது. அங்கே அவர் ஒட்டுமொத்த இந்தியாவுக்குமான ஒரு தலைவராக அடையாளங்காணப்பட்டிருப்பார் என்றே எண்ணி இருந்தேன். ஆனால், ஒரு தலித் தலைவராகக் கூட அல்ல, ஒரு பௌத்த மதத் தலைவர் போலத்தான் அவர் முன்னிறுத்தப்படுகிறார் என்பது வருத்தமும் ஏமாற்றமும் அளித்தது. இன்னும் சொல்லப்போனால் அந்த இடத்தையே புத்த யாத்திரைக்கான ஸ்தலமாகவே பாவிக்கிறார்கள்.

அம்பேத்கர் இந்து மதம் சாதியத்தில் கட்டுண்டது என்பதால் பௌத்தத்தை அதற்கு மாற்றாகச் சொன்னதற்குள் நான் போக விரும்பவில்லை. ஏனெனில் அது முழுக்கச் சரியானதா என்பதில் எனக்கு அதில் குழப்பங்கள் இருக்கின்றன. (இப்போதைக்கு என் தனிப்பட்ட கருத்து அவ்வாறான சூழலில் நான் மதமற்றவனாக இருப்பதையே விரும்புவேன்.) ஆனால் அவர் பல ஆண்டுகளாக இந்து மதம் தவிர்த்த பிற மதங்களைப் பரிசீலித்து வந்தாலும், அது பற்றிய தன் சிந்தனைகளை விரிவாய் நூல்களில் பதிவு செய்திருந்தாலும் அவர் அதிகாரபூர்வமாக புத்த மதம் மாறியது 1956ல்தான். அதிலிருந்து 50 நாட்கள் கூட முடியாத நிலையில் அவர் மரணமுற்றார். (அவர் வழிகாட்டலில் லட்சக்கணக்கான தலித்கள் பௌத்தத்தில் இணைந்தார்கள் என்பதும் உண்மையே. இன்றும் அம்பேத்கரையும் பௌத்தத்தையும் நெருக்கமாக இணைத்துப் பார்ப்பவர்கள் கணிசம் என்பதையும் ஒப்புக் கொள்கிறேன். நான் சொல்ல வருவது வேறு.)

அப்படி இருக்க அவரை முழுக்க ஒரு புத்த மதத் தலைவர் என்பதாகச் சித்தரிப்பதை ஏற்கவே முடியவில்லை.

அவர் சமாதியில் அவரது உருவத்தருகே புத்தர் சிலை வைக்கப்பட்டுள்ளது; ஒரு புத்தத் துறவி அமர்ந்து வருபவர்களுக்கு ஆசி வழங்குகிறார்; நுழைவாயிலில் சாஞ்சி ஸ்தூபி உள்ளது; உள்ளே அசோகர் தூண்; அங்கிருக்கும் கடைகள் முழுக்க புத்தர் சிலைகள் அல்லது படங்கள் அல்லது பிற அடையாளங்கள் விற்கப்படுகின்றன. எல்லாமே பௌத்த அடையாளங்கள். அரசியல் சாசனம் பற்றி ஒரு வரி எங்கும் இல்லை. அவர் சாதியம் பற்றியும் தலித் எழுச்சி பற்றியும் பேசிய ஒன்றும் காணோம். இதுமாதிரி அவர் சுருக்கப்பட வேண்டும் என்று தான் அரசும் மக்களும் விரும்புகிறார்களா?

அம்பேத்கர் தலித்களின் நிலை உயர இந்து மதத்தை விட்டு வெளியேறவும் புத்த மதத்தில் இணையவும் வேண்டும் எனக் கருதினார் என்பதை நான் மறுக்கவில்லை. ஆனால், அது அவரது ஒரு முகம் மட்டுமே. அதன் மீது நாம் விமர்சனங்கள் வைக்கலாம் அல்லது முழுமையாகவும் ஏற்கலாம். ஆனால் அதை மட்டுமே எடுத்துக் கொண்டு அவரை புத்த மதத்துக்கு மட்டுமே நெருக்கமாக்க முயல்வது சரியானதுதானா? அவர் பௌத்தர்களுக்கு மட்டும்தான் சாசனம் செய்தளித்தாரா? அவர் போராடிய தலித்கள் பௌத்தத்துக்குப் பெயர்ந்தவர்கள் மட்டும்தானா? நிச்சயம் அம்பேத்கரின் பௌத்த முகமும் இடம் பெறட்டும். தவறில்லை. ஆனால், அண்ணலின் மற்ற முகங்களை இருட்டடிப்பு செய்வது சரிதானா?

மோடி அரசு அம்பேத்கர் நினைவகம் ஒன்றை அமைக்கும் முயற்சியில் இருக்கிறது. இந்துத்துவ அம்பேத்கர் என்று நூல் எழுதியதுபோல், அவரை இந்து மதத்துக்கு நெருக்கமானவர் என அந்த நினைவகத்தில் திரித்தால் நமக்குக் கோபம் வராதா? அம்பேத்கரின் பௌத்த ஆதரவு முகம் என்பது திரிபு வேலையோ, ஆகாத விஷயமோ இல்லை என்பதைப் புரிந்துள்ளேன். ஆனால், அரை உண்மை என்பதும் பொய்க்குச் சமானம்தான். அதனால்தான் இதை இவ்வளவு ஆதங்கத்துடன் பதிகிறேன்.

அம்பேத்கர் பௌத்த ஆதரவாளராக அல்லது தலித் தலைவராக 'மட்டும்' அவரைச் சார்ந்தவர்களே, அவரை மதித்து விரும்புபவர்களே திரும்பத் திரும்ப முன்வைக்கும் வரை அவரை ஒட்டுமொத்த இந்தியாவுக்கும் கொண்டு சேர்க்க முடியாது. ஏற்கனவே அவரை இட ஒதுக்கீட்டின் மூலம் தலித் அல்லாதோருக்கு துரோகம் செய்தவர் என்று பார்ப்போர் கணிசம். (அது கேணைத்தனமான புரிதல் என்றாலும், அதை மாற்றுவது முக்கியம்.) நாமாக எதையும் இட்டுக்கட்டி வலிந்து அவரைப் பொது ஆகிருதி ஆக்க வேண்டியதில்லை. இருப்பதை உரத்துச் சொன்னாலே போதுமானது.

*(அக்டோபர் 9, 2017)*

# சி. சரவணகார்த்திகேயன்

கிண்டி பொறியியல் கல்லூரியில் கணிப்பொறியியல் கற்று, தற்போது பெங்களூரில் மென்பொருள் துறையில் பணிபுரிகிறார். பிறப்பு 1984. ஊர் கோவை மற்றும் ஈரோடு. புனைவு, அபுனைவு, கட்டுரை, கவிதை வெளிகளில் 14 வயது முதல் இயங்கி வரும் இவர் இதுவரை 25க்கும் மேற்பட்ட நூல்களை (அச்சு மற்றும் மின் வடிவம்) எழுதியிருக்கிறார்.

2017ல் உயிர்மை வழங்கும் சுஜாதா விருது (இணையம்), 2019ல் திருப்பூர் இலக்கிய விருது (ஆப்பிளுக்கு முன் நாவலுக்காக), 2009ல் தமிழ் வளர்ச்சித் துறையின் சிறந்த நூல் விருது (முதல் நூலான சந்திரயானுக்காக) பெற்றவர். 2016ல் அகம் – பிரதிலிபி நடத்திய 'ஞயம் பட வரை' கட்டுரைப்போட்டியில் முதல் பரிசும், 2018ல் தினமணி– சிவசங்கரி சிறுகதைப் போட்டியில் ஆறுதல் பரிசும் (பெட்டை) பெற்றார். 2007ல் குங்குமம் இதழில் வைரமுத்து இவரது 'ஒருத்தி நினைக்கையிலே...'வை முத்திரைக் கவிதையாகத் தேர்ந்தெடுத்தார். 2014ல் சுகன்யா தேவி கோவை பாரதியார் பல்கலை.யில் செய்த முனைவர் ஆய்வுக்கு எடுத்த நூல்களில் இவரது 'பரத்தை கூற்று'ம் ஒன்று. 2015ல் அந்திமழை இதழ் 'நம்பிக்கை நட்சத்திரங்கள்' பட்டியலில் இடம் பெற்றார். 2019ல் சிங்கப்பூரில் சிறுகதைப் பட்டறை நடத்தி இருக்கிறார் (2019). இவரது 'மதுமிதா – சில குறிப்புகள்' கதை குறும்படமானது.

குங்குமம் இதழில் ச்சீய் பக்கங்கள் (2012), ஆகாயம் கனவு அப்துல் கலாம் (2015), விகடன் தளத்தில் ஹலோ... ப்ளூடிக் நண்பா! (2019), அம்ருதா இதழில் நொபேல் பரிசுகள் (2011) தொடர்களை எழுதினார். உயிர்மை, விகடன் தடம், ஆனந்த விகடன், குமுதம், தினமணி கதிர், காமதேனு, ஆழம், அகநாழிகை இதழ்களிலும் இவரது படைப்புகள் வெளியாகி இருக்கின்றன. 2015 முதல் 'தமிழ்' என்ற மின்னிதழை நடத்துகிறார். அதில் ஜெயமோகன், யுவன் சந்திரசேகர், பெருமாள்முருகன் மூவரையும் நீண்ட நேர்காணல் செய்துள்ளார். திருக்குறள் காமத்துப் பாலுக்கு ஏற்கெனவே குறுங்கவிதை வடிவில் உரையெழுதியுள்ள இவர் தற்போது கம்பராமாயணத்துக்கு தினமும் ஃபேஸ்புக்கில் உரை எழுதி வருகிறார்.


தொடர்புக்கு:

c.saravanakarthikeyan@gmail.com

http://www.writercsk.com/

https://www.facebook.com/saravanakarthikeyanc

https://twitter.com/writercsk

https://www.instagram.com/writercsk/

## புத்தகங்கள்

புனைவு

- கறுப்பு சிவப்பு வெளுப்பு – 2021 [குறுநாவல்] – மின்னூல்
- 69 – 2021 [நுண்கதை]
- கிருமி – 2021 [சிறுகதை]
- கன்னித்தீவு – 2019 [நாவல்]
- மியாவ் – 2018 [சிறுகதை]
- ஆப்பிளுக்கு முன் – 2017 [நாவல்]
- இறுதி இரவு – 2016 [சிறுகதை]

அபுனைவு

- மும்மூர்த்திகள் – 2019 [நேர்காணல்]
- 96: தனிப்பெருங்காதல் – 2018 [திரைப்படம்]
- ஃபீனிக்ஸ் கனவுகள் [ஆகாயம் கனவு அப்துல் கலாம்] – 2016 [அறிவியல்]
- ச்சீய் பக்கங்கள் [வெட்கம் விட்டுப் பேசலாம்] – 2014 [வரலாறு]
- குஜராத் 2002 கலவரம் – 2014 [வரலாறு]
- சந்திரயான் – 2009 [அறிவியல்]

கட்டுரை

- மீயழகி – 2021 [பெண்கள்]
- ஜோல்னா பை – 2021 [இலக்கியம்]
- மக்களின் அபின் – 2021 [அரசியல்]
- கற்பதுவே கேட்பதுவே கருதுவதே – 2021 [ரசனை]
- அம்பேத்கர் பெரியார் அயோத்திதாசர் – 2021 [அரசியல்]
- ஒரு கோப்பை பிரபஞ்சம் – 2019 [ரசனை]
- அநீதிக் கதைகள் – 2019 [சமூகம்]
- இந்தி தேசிய மொழியா? – 2019 [அரசியல்]
- ஐ லவ் யூ மிஷ்கின் – 2019 [திரைப்படம்]
- கிட்டதட்ட கடவுள் – 2013 [அறிவியல்]

கவிதை

- ரதி ரகசியம் – 2019 [உரை]
- தேவதை புராணம் – 2012 [காதல்]
- பரத்தை கூற்று – 2010 [சமூகம்]

கட்டுரை – ஆங்கிலம்

- Girls, Goddesses & Gentlewomen – 2020 [Experience] – Kindle

www.ingramcontent.com/pod-product-compliance
Lightning Source LLC
LaVergne TN
LVHW060143051026
849517LV00007B/2544
* 9 7 8 9 3 9 1 7 4 8 4 1 8 *